ரகசிய ஆக்கிரமிப்பு

சுபா

INDIA · SINGAPORE · MALAYSIA

ISBN 979-8-88975-522-7

நூலாசிரியர் குறிப்பு

டி.சுரேஷ், ஏ.என்.பாலகிருஷ்ணன் இருவரும் தங்களுடைய முதல் எழுத்தைச் சேர்த்து சூடிக்கொண்ட பெயர் சுபா. துப்பறியும் நாவல்கள், சிறுகதைகள், திரைக்கதை, வசனம் என இவர்கள் களமிறங்கிய ஒவ்வொரு துறையிலும் தடம் பதித்தவர்கள். இவ்விரு நண்பர்களும் கல்லூரிக்காலத்திலிருந்து சேர்ந்து எழுதிவருகின்றனர்.

சுமார் 500 நாவல்களையும், 450-க்கும் மேற்பட்ட சிறுகதைகளையும், 80-க்கும் மேற்பட்ட தொடர்களையும், 20-க்கும் மேற்பட்ட திரைக்கதைகளையும் எழுதியிருக்கிறார்கள்.

'கனா கண்டேன்', 'அயன்', 'அநேகன்' ஆகிய திரைப்படங்கள், சுபாவின் நாவல்களைத் தழுவியவை. இவர்களின் பெரும்பாலான நாவல்களில் ஈகிள்ஸ் ஐ டிடெக்டிவ் ஏஜென்சியின் நரேந்திரன், வைஜயந்தி கதாபாத்திரங்கள் முதன்மைப்படுத்தப்பட்டிருக்கும். ஜான் சுந்தர், செல்வா, முருகேசன் ஆகியவையும் இவர்கள் உருவாக்கிய முக்கியக் கதாபாத்திரங்கள்.

கிரைம் கதைகள் தவிர, சாகசக் கதைகள், குடும்பக் கதைகள், காதல் கதைகள் என்று பலதரப்பட்ட கதைகளும் இவர்களுக்குப் புகழ் சேர்த்திருக்கின்றன.

1

நேரேந்திரன் கொதிப்பாயிருந்தான்.

அலுவலகக் கதவைத் திறந்தபோதே வெறுமை நிலவியது. ரிசப்ஷன் ஹாலில் அமர்ந்து படபடவென்று கம்ப்யூட்டரில் ஏதாவது தட்டிக்கொண்டிருக்கும் மீரா இல்லை.

அவ்வப்பொழுது அவளுடைய செருப்புகளை வந்து முகர்ந்து பார்த்துவிட்டு, தலைநிமிர்ந்து அவள் கொடுக்கும் ஒன்றிரண்டு பிஸ்கட்டுகளுக்காக வாலை ஆட்டி நிற்கும் ஜூனியர் இல்லை.

நேர் எதிரே விசிட்டர் அறையில் போடப்பட்டிருந்த சோபாக்களுக்கு துணி மாற்றிய பிறகு அதை கசக்க யாரும் வரவில்லை.

வலதுபுறம் இருந்த ராம்தாஸின் நெடிய அறை. உள்ளே டேபிள் டென்னிஸ் விளையாடுவதற்குத் தோதாக அவருடைய பெரிய மேஜை. அதன் ஓரத்தில் நவீன கம்ப்யூட்டர். மேஜைக்கு அடியில் சில ரகசிய பொத்தான்கள். அவருடைய சுழலும் நாற்காலி. மேஜை மீதிருந்த மூன்று நான்கு வெவ்வேறு வண்ண தொலைபேசிகள், எல்லாமே அவனைப் பார்த்து ஏளனம் செய்தன. முந்தின நாளே ராம்தாஸ் கூப்பிட்டுச் சொல்லியிருந்தார்.

"ஆபீஸில் எல்லோரும் தொடர்ந்து வேலை செய்துகொண்டிருக்கிறார்கள். அவர்களுக்கெல்லாம் ஒரு மாற்றம் தேவை. அதனால் நாங்கள் எல்லோரும் ஒருநாள் விடுமுறையாக ஆந்திரா வரை போகிறோம்.."

"நான்..?" என்றான் நரேந்திரன்.

"வேலை செய்பவர்களுக்குத்தான் விடுமுறை. நீ அந்தப் பிரிவில் வரவில்லை"

"தாஸ், இது அநியாயம். வருஷத்தின் முன்னூற்று அறுபது நாட்கள் நான் வேர்வையை சிந்தி உழைக்கிறேன். இதோ

இங்கே இருக்கிறதே இந்த மேஜை, நான் ரத்தம் சிந்தி நீங்கள் சம்பாதித்தது.."

அவனுடைய நகைச்சுவையை ரசிப்பது போல் சிரித்தார் ராம்தாஸ்.

"எல்லோரும் என்றால் யார் யார் தாஸ்?"

"மீரா, ஜான், அனிதா, ஜூனியர், நீ அனுமதித்தால் வைஜயந்தி"

"தாஸ்.. கடைசியில் அடி மடியிலேயே கை வைக்கிறீர்களே. வைஜயந்தியையாவது கொண்டுவிட்டுப் போங்கள். நீங்கள் எல்லோரும் திரும்பி வந்த பின் நாங்களிருவரும் ஹாலிடேக்காக எங்காவது போய் வருகிறோம்.."

ராம்தாஸ் சிரித்துக்கொண்டே பைப்பில் புகையிலையை நிரப்பினார்.

"தாஸ், அப்படி எந்த துரோகமும் செய்து விடாதீர்கள். உங்களோடு என்னை அழைத்துப் போங்கள்.." என்று வைஜயந்தி சொன்னபோது, நரேந்திரன் அவள் தொடையில் நறுக்கென்று கிள்ளினான்.

"துரோகி.." என்று ஆவேசமாய் குரல் கொடுத்தான்.

ராம்தாஸ், வைஜயந்தியின் தோளைத் தட்டிக் கொடுத்தார்.

"வேண்டாம் வைஜ். நீ நரேந்திரனோடு ஆபீசிலேயே இரு.."

"தாஸ்.." வைஜயந்தி அழகாக சிணுங்கினாள்.

"ஏன் இந்த ஒரவஞ்சனை?"

"ஒரவஞ்சனையில்லை வைஜ்.. இவ்வளவு பெரிய ஆபீசை நரேந்திரனை மட்டும் மொத்தமாக நம்பி விட்டுவிட்டுப் போக முடியுமா?"

"தட்ஸ் எ பாயிண்ட்.." என்றாள் வைஜயந்தி.

"தாஸ், இதற்குப் பதில் எனக்கு ப்ரோமோஷன் கொடுத்து சாக்கடை கழுவச் சொல்லியிருக்கலாம்.." என்று முணுமுணுத்தான் நரேந்திரன்.

இரவு அலுவலகத்தில் படுத்திருந்தபோது சர்தார்ஜி கடையில் சாப்பிட்ட சன்னா பட்டூரா, குழப்பமான பல கனவுகளை அவன் மண்டைக்குள் கிளர்த்திக் கொண்டிருந்தது. நன்றாக

உறங்கிக் கொண்டிருக்கும்போது ஜன்னல் கதவு பட்பட்டென்று தட்டப்பட்டது.

நிமிர்ந்து பார்த்தால், ஜன்னல் கம்பிகளில் முகம் பதித்தபடி வைஜயந்தி.

ரகசியமான குரலில் 'ஸ்ஸ்' என்று பாம்புச் சீறல்.

"நரேன், கதவைச் சீக்கிரம் திற.."

நரேந்திரன் கால் தடுக்க கதவை அடைந்து தாளை நீக்கினான்.

"நரேன், அம்மா நன்றாகத் தூங்கும் வரை காத்திருந்துவிட்டு நைஸாக ஓடி வந்துவிட்டேன்.."

"என்னது, ஓடி வந்துவிட்டாயா?"

"பின்னே, நீ ஆபீசில் தனியாகப் படுத்திருக்கிறாய் என்ற நினைப்பே என் தூக்கத்தைக் கெடுத்துவிட்டது.."

நரேந்திரன் காலடியில் யாரோ ராக்கெட்டைப் பற்ற வைத்தது போல் ஜிவ்வென்று சில வினாடிகள் விண்வெளி வரை போய் வந்தான்.

"வைஜ், இப்படி ஒரு நாளுக்காகத்தான் நீ காத்திருக்கிறாய் என்று எனக்குத் தெரியாமல் போய்விட்டதே. அதற்காக வீட்டிலிருந்து கிளம்பும்போது இப்படி நைட்டியுடனா கிளம்பி வருவது?"

"யாரைப் பார்க்க வருகிறேன்.. என் நரேனைத்தானே?"

"வைஜ், உடனே ராம்தாஸிற்கு ∴போன் போடு"

"இந்த அர்த்த ராத்திரியிலா?"

"ஆமாம்.. தூக்கத்திலிருந்து தட்டி எழுப்பு. அது என்ன ஒரே ஒரு நாள் விடுமுறை? ஆபீஸ் ஊழியர்கள் எல்லாம் மிகவும் களைத்திருப்பார்கள். ஒரு வாரம் சுற்றிவிட்டு வாருங்கள் என்று சொல்லிவிடலாம்.."

"ச்சீய்.." என்று வைஜயந்தி அழகாக சிணுங்கினாள். அவனுடைய மார்பில் முகம் புதைத்தாள்.

நரேந்திரன் அவளுடைய முதுகில் தன் கையைப் பதித்து மெல்ல கீழே கீழே என்று விரல்களை நடத்திச் சென்றபோது தடதடவென்று மீண்டும் கதவு தட்டப்படும் சத்தம்.

திடுக்கிட்டு விழித்தான். ச்சே.. இத்தனை நேரம் அனுபவித்தது வெறும் கனவு. ஒருவேளை கனவில் பார்த்தது நிஜமாகப் போகிறதா? அதற்காகத்தான் கதவு தட்டப்படுகிறதா.. கதவுக்கு வெளியே நைட்டியோடு வைஜயந்தி நிற்கிறாளா?

கண்களைக் கசக்கிக்கொண்டு எழுந்தான். ஜன்னலை நெருங்கி வெளியே எட்டிப் பார்த்தான். இருட்டில் முகம் சரியாகப் புலப்படாததால், வெளி விளக்கைப் போட்டான். போட்டதும் அதிர்ந்தான்.

மார்பின் மையத்தில் முட்டுவது போல நீளமாக தாடி வளர்த்திருந்த அந்த ஆளின் தாடியிலோ அல்லது அவனுடைய கூந்தலிலோ சிடுக்கு எடுத்து இரண்டு ஒலிம்பிக் பந்தயங்களாவது முடிந்திருக்கும் என்று தோன்றியது. அவனுடைய மேல் துணியில் இரண்டு மூன்று கரப்பான்கள் சுதந்திரமாக உலவிக்கொண்டிருந்தன. கருப்பும் பழுப்புமான பற்களைக் காண்பித்து..

"ஏங்க இதுதான் நாப்பத்தி நாலாம் நம்பரா..?" என்று கேட்டான்.

"அட்ரஸ் கேட்கிற நேரமா இது..?" நரேந்திரன் கொதிப்பானான்.

"அதில்லைங்க ஐயா, சாயந்திரம் பார்த்தபோது, ராவுக்கு வா சோறு போடறேன்னு ஒரு அம்மா சொன்னாங்க. மறந்துடக் கூடாதேன்னு வாசல்ல நம்பரைப் பார்த்துக்கிட்டேன். நாப்பத்தி நாலுன்னு இருந்திச்சு. ஆனா, புது நம்பரா, பழைய நம்பரான்னு கவனிக்கல.."

"ஆமா. உன்னை வரச் சொன்னது இந்த வீட்டு அம்மாதான். ஆனால், சோறு போடுவதாகச் சொன்னதை மறந்து செத்துத் தொலைத்துவிட்டாள். சுடுகாட்டிற்கு எடுத்துப்போயிருக்கிறார்கள். அங்கே போய் வாங்கிக்கொள்.."

நரேந்திரன் படக்கென ஜன்னலை அறைந்து சாத்தினான். அதே கோபத்தோடு படுக்கையில் விழுந்து போர்வையை இழுத்துக்கொண்டான்.

பத்து நொடிகள் கூட ஆகியிருக்காது. மீண்டும் அதே ஜன்னல் தட்டப்பட்டது. இந்த முறை யார்? போய் வேகமாகக் கதவைத் திறந்தான்.

இந்த முறையும் அதே பிச்சைக்காரன்.

"ஐயா, எந்த சுடுகாடுன்னு சொல்லலியே!"

நரேந்திரனுக்கு வந்த கோபத்தில் சிகரெட்டை வாயில் வைத்தால் தானாகவே பற்றிக்கொள்ளும் அபாயம் இருந்தது.

"இதே ரோடுல போ.. அங்கே சிகப்பாய் ஒரு கட்டடம் இருக்கும். வாசலில் சாஸ்திரி நகர் காவல் நிலையம் என்று எழுதியிருக்கும். அங்கே போனால் உன்னைக் கொண்டுபோய் சேர்க்க வேண்டிய இடத்தில் சேர்த்து விடுவார்கள்.."

கதவை மீண்டும் அறைந்து சாத்தினான். படுக்க முடியவில்லை. சற்று நேரம் உலாத்தினான். மீண்டும் ஜன்னல் கதவு தட்டப்பட்டது.

படக்கென்று திறந்தான்.

பிச்சைக்காரன்.

"ஐயா.. அந்த அம்மாவோட பேரை கேட்டுக்கவேயில்லையே.."

ஆனாலும் இவனுக்கு எக்கச்சக்க குசும்பு என்று நரேந்திரனுக்குத் தோன்றியது.

"மர்லின் மன்றோ என்று கேள். காட்டுவார்கள்.." என்று சொல்லிவிட்டு "இன்னொரு தடவை கதவைத் தட்டினால் சுடுகாட்டிலிருந்து நீ திரும்ப முடியாது.." என்று ஆக்ரோஷமாகச் சொல்லிவிட்டு ஜன்னலின் கொக்கியைப் போட்டான்.

கட்டிலில் போய் உட்கார்ந்ததும் ரிசீவரை எடுத்து எண்களை படபடவென்று தட்டினான். எதிர்முனையில் பிடிவாதக் குழந்தை போல டெலிபோன் மணி அலறிக்கொண்டே இருந்துவிட்டு கடைசியில் எடுக்கப்பட்டது.

"ஹலோ.." என்று தூக்கக் கலக்கத்துடன் கொட்டாவி கலந்து வைஜயந்தியின் குரல் கேட்டது.

"வைஜ், நீ உடனே புறப்பட்டு வா.."

அவளுக்கு விழிப்பு வந்து, "நரேன் உனக்கு என்ன பைத்தியமா? இப்போது மணி என்ன தெரியுமா? இரவு ஒன்று.." என்று உறுமினாள்

"தெரியும் வைஜ்.. தயவு செய்து வந்து என்னைக் காப்பாற்று.."

"நரேன்.. ஆர் யூ இன் ட்ரபிள்?"

"ஆமாம்.. பெயர் தெரியாத தாடிக்காரன் ஒருவன் வந்து தொந்தரவு செய்கிறான்.. ஈகிள்ஸ் ஐ யிலிருந்து என்றைக்காவது

வெளியே போய் தனியாக ஆபீஸ் திறந்தேன் என்றால் அந்த இடத்துக்கு ஜன்னல்களே இருக்காது. கதவே இருக்காது.."

"நரேன்.. ஆர் யூ மேட்?"

"இல்லை வைஜ்.. தனியாகத் தூங்க முடியவில்லை.. சேர்ந்து தூங்கலாமே.. வாயேன்"

"ராஸ்கல்.. அப்படி இப்படி சுற்றிவிட்டு கடைசியில் அங்கேதான் வருகிறாயா?"

"வைஜ்.. வைஜ்.. நீ தப்பாகப் புரிந்து கொள்ளாதே. என்னை ரூமில் வைத்துப் பூட்டிவிட்டு வெளியில் படுத்துத் தூங்கு.. ஆனால், தயவு செய்து ∴போன் கால்களையும், காலிங் பெல்களையும் நீ கவனித்துகொள்.. எத்தனை நேரம் மனிதன் தூங்காமலேயே இருக்க முடியும்?"

"அளவுக்கு மீறி பீர் சாப்பிட்டால் அப்படித்தான்.."

"உன் மீது சத்தியமாக, என் மீது சத்தியமாக, நம் பேரக்குழந்தைகளின் மீது சத்தியமாக நான் பீர் தொட வேயில்லை."

"பின்னே குரல் குழறுகிறது.."

"அது.. அது.. சும்மா கொஞ்சமே கொஞ்சம் ஜின்தான் சாப்பிட்டேன்"

"செருப்பால் அடி.. கழுதை.."

"வைஜ்.. ப்ளீஸ்.. வருவாயா?"

"நாட் நௌ.." என்றாள் வைஜயந்தி.

"சரி.. பத்து நிமிடம் கழித்துக் கிளம்பு.."

"விளையாடாதே நரேன். நான் நன்றாகத் தூக்கத்தில் இருந்தேன். சுகமான கனவு கண்டுகொண்டிருந்தேன்.."

"அங்கேயுமா? இங்கே கனவில் நீ வந்தாய்.. அங்கே கனவில் நான் வந்தேனா..?" நரேந்திரன் ஆவலோடு கேட்டான்.

"இல்லை. தாடி வைத்துக்கொண்டு ஒரு ஆள்தான் வந்தான்.. கதவைத் தட்டி, சோறு கிடைக்குமா என்று கேட்டான்.."

நரேந்திரன் பட்டென்று ∴போனை வைத்துவிட்டான்.

வைத்து மூன்றாவது நொடியில் ∴போன் ஒலித்து.

"நரேன்.. ஆர் யூ சீரியஸ்? நிஜமாகவே உனக்கு கம்பெனி வேண்டுமா?"

"ஆம் வைஜ்.. ஒரு அரை மணி நேரம் சமாளித்துப் பார்க்கிறேன். முடியவில்லை என்றால் உனக்கு ∴போன் செய்கிறேன். உடனே நீ புறப்பட்டு வா.."

"ஓ.கே.. ஆனால் உன்னை வைத்துப் பூட்டிவிட்டுத்தான் நான் படுப்பேன்.."

இன்னொரு கொட்டாவி விட்டுவிட்டு மறுமுனையில் ரிசீவரை வைக்கும் சத்தம் கேட்டது.

நரேந்திரன் ∴போனை வைத்துவிட்டு தலையணையை எடுத்து கட்டிக்கொண்டு நெற்றிவரை போர்வையை மூடிக்கொண்டான். தொலைந்து போன தூக்கமே வா.. வா..

"டிடிங்.. டிடிங்.."

அழைப்பு மணி அந்த ராக்கால அமைதியை முற்றிலுமாக சிதறடித்துக்கொண்டு ஒலித்தது.

நரேந்திரன் திடுக்கிட்டு எழுந்தான்.

"ராஸ்கல்.. அந்தப் பிச்சைக்காரன் இன்னும் போகவில்லையா? இந்த முறை அவனுக்கு நிஜமாக ஷாக் கொடுக்கப் போகிறேன்.."

பாய்ந்து மேஜையிலிருந்து துப்பாக்கியை எடுத்துக்கொண்டான். லுங்கியை மடித்துக் கட்டிக்கொண்டான். இரண்டே எட்டில் கதவை அடைந்து படக்கென்று திறந்தான். திறந்த வேகத்தில் துப்பாக்கி எடுத்து எதிரில் இருந்தவனின் நெஞ்சில் பதித்து..

"சுட்டுப் பொசுக்கி விடுவேன்.. ராஸ்கல்.." என்றான்.

"ஐயோ.." என்று அலறி இரண்டடி பின்னால் நகர்ந்த உருவத்திற்கு தாடி இல்லை. மீசை இல்லை.

ஐயோ! அது ஒரு பெண்.. நரேந்திரன் அவசரமாக துப்பாக்கியை லுங்கி மடிப்பில் செருகிக்கொண்டான்.

"ஸா..ஸாரி.. நான் யாரோ என்று.."

"மிஸ்டர் நரேன்..?"

அந்தப் பெண்ணின் குரல் கிலுகிலுப்பை போல கொஞ்சியது.

"யெஸ்.." என்றான்.

"உங்களோடு சில நிமிடங்கள் செலவு செய்ய முடியுமா?"

"மிஸ்.. மிஸ் தானே நீங்கள்? இப்பொழுது ராத்திரி அகாலமான ஒரு மணி. இந்த நேரத்தில் நீங்கள் என்னைத் தனியே.."

"ஆம்.. இந்த நேரத்தில்தான் நான் உங்களைப் பார்க்க வந்திருக்கிறேன். தயவு செய்து என்னைத் துரத்தி விடாதீர்கள்"

நரேந்திரன் மேற்கொண்டு ஒன்றும் சொல்லாமல் கதவைத் திறந்தான்.

"என் பெயர் சுகிதா.." என்று துவங்கினாள்.

இவள் நவீன பிச்சைக்காரியா, உள் நுழைந்ததும் உண்டியலை குலுக்கி நன்கொடை கேட்கப் போகிறாளா? லுங்கியை அவசரமாக தழைத்துக்கொண்டான்.

"இப்படி விசிட்டர்ஸ் ரூமில் உட்காருங்கள். இரண்டு நிமிடங்களில் வந்துவிடுகிறேன்"

அவளை உட்கார வைத்துவிட்டு அறைக்குள் பாய்ந்தான். டூத் பிரஷ்ஷை எடுத்து அதில் கொஞ்சம் பேஸ்டை பிதுக்கிக்கொண்டு.. (ஏதாவது அவசியம் வந்தால் வாயில் தூக்க வாசனை வந்துவிடக் கூடாது) முகத்தை சோப்பு போட்டுத் தேய்த்து, டி ஷர்ட்டிலும் ஜீன்ஸ் பேன்ட்டிலும் நுழைந்து ஒரே பாய்ச்சலாக மீண்டும் விசிட்டர்ஸ் ஹாலுக்குள் அவன் சென்றபோது நூறு நொடிகளே ஆகியிருந்தன.

2

அவள் மழையில் நனைந்த பட்சிபோல சற்றே உதறிக்கொண்டு அமர்ந்திருந்தாள்.

தூய்மையான வெளிச்சத்தில் அவளை இப்பொழுது கவனமாகப் பார்க்க முடிந்தது.

சராசரியைவிட சற்றே அதிக உயரம். மேலே உடலை இறுக்கும் கருநீல நிற டாப்ஸ்.. கீழே வெளிர் நீலநிற ஜீன்ஸ்.. டாப்ஸ் முடிந்த இடத்திற்கும், ஜீன்ஸ் தொடங்கிய இடத்திற்கும் இடையே பிரம்மாவே பட்டா போட்டு விற்பனை செய்ய உகந்ததாக வெட்டிப் போட்ட ஜிகினா ரிப்பன் போல பளபளவென்ற சருமம்.. உட்கார்ந்திருந்ததில் சில மடிப்புகள் மடங்கியிருந்தாலும், அவள் எழுந்ததும் அவளுடைய இடுப்பு வளைவு அவனுடைய மிச்ச தூக்கத்தையும் துரத்திவிடப் போகிறது என்று தோன்றியது.

"என் ரூமுக்குள் வந்து விடுங்கள்.." என்றான்.

அவள் எந்தத் தயக்கமும் இல்லாமல் எழுந்தாள்.

'எம்' டி.வியிலும் 'வி' டிவியிலும் சில ராத்திரி நேர பாடல்களில் மட்டுமே அவன் பார்த்திருந்த இடுப்புச் சரிவு.. மற்ற நேரமாக இருந்தால் ரகசியமாக இன்னும் சற்று நேரம் பார்த்துக்கொண்டிருந்திருப்பான்.

அர்த்த ராத்திரியில் அவன் தனியாக இருக்கையில் முற்றிலுமாக அவனை நம்பி அவள் வந்திருக்கும்போது, கண்ணியம் காப்பது தவிர வேறு வழியேயில்லை. அவளை கவனிக்காமல், அவளை பின்னால் நடக்கவிட்டு தன் அறைக் கதவைத் திறந்தான். விளக்குகளைப் போட்டான்.

மேஜை சுத்தமாக இருந்தது. எதிரில் இருந்த நாற்காலியைத் துடைத்து அதில் அவளை அமரச் சொன்னான். தன்னுடைய இருக்கையில் அமர்ந்தான்.

"வெல்.." என்றான்.

அவனுடைய கை மேஜைக்கடியில் இருந்த ரகசிய பொத்தானை அழுக்கியது. அந்த அறையில் பேசப்படும் ஒவ்வொரு வார்த்தையையும் பதிவு செய்ய மறைவிடத்திலிருந்து டேப் ரிக்கார்டர் இயங்கத் துவங்கியது. அது பற்றி எந்த கவனமும் இல்லாமல் அவள் பேச ஆரம்பித்தாள்.

பேசும்போது அவ்வப்பொழுது அவளுடைய பெரிய கண்கள் இன்னும் பெரிதாக விரிந்தன. புருவங்கள் தனித்தனியே மேலே ஏறி இறங்கி அபிநயம் பிடித்தன. நேராயிருந்த அழகான நாசி அவ்வப்போது விகசித்து அடங்கியது. குளுமையாக இருந்த ஈர உதடுகள் விரிவதும், குவிவதுமாக நரேந்திரனின் கவனத்தைக் கலைத்தன.

அவளுடைய குரல் மிகவும் இனிமையாக வருடிக் கொடுக்கும் இறகு போல மென்மையாக இருந்தது. அவளுடைய பேச்சில் கொஞ்சம் கவனமும், அவளுடைய முகத்தில் ஏற்படுகிற திடீர் திடீர் மாற்றங்களில் கொஞ்சம் கவனமுமாக நரேந்திரன் அவளை ரசிக்கத் துவங்கினான்.

"உங்களைப் பற்றி சொல்லுங்கள் சுகிதா.." என்றான் நரேந்திரன்.

"நான் ஒரு நவீன அனாதை.." அவள் குரல் கம்மியது.

"வாட்?"

"என்னைப் பெற்றுப் போட்டுவிட்டு அம்மா ஆஸ்பத்திரியில் செத்துப் போனாள். என் அப்பாவின் இரண்டாவது மனைவிக்குத் தொந்தரவாக இருக்கக் கூடாது என்று கொடைக்கானல் பள்ளிக் கூடத்தில் நான்காவது வயதிலிருந்து ஹாஸ்டலில் தங்கி படிக்க வைக்கப்பட்டேன். டிகிரி முடித்து நான் மேல் படிப்பிற்காக வெளிநாட்டுக்கு பிளேன் ஏறவிருந்த நேரம், என் அப்பாவும் அவர் மனைவியும் திருச்சி ஹைவேயில் கண்டெய்னர் லாரிக்கடியில் காரோடு நசுங்கிச் செத்தார்கள். அவர்களுக்கு வேறு குழந்தை கிடையாது. தடாலென்று அத்தனை சொத்தும் என் தலை மேல் சுமத்தப்பட்டது. கம்பெனி பொறுப்புகளை ஏற்றுக்கொண்டேன். வாழ்க்கை எனக்கு திடீரென்று சுவாரஸ்யமாகிப் போனது. சந்தோஷை மீட் பண்ணினேன். வீ லவ் ஈச் அதர்.. இது என்னுடைய சிம்பிள் பின்னணி.."

சுகிதா மூச்சு வாங்கிக்கொண்டாள்.

"ஈகிள்ஸ் ஜயில் என்ன மாதிரி கேஸ்களை எடுத்துக்கொள்கிறீர்கள்..?" சுகிதா கொஞ்சலாகக் கேட்டாள்.

"உங்களுக்குத் தேவை என்ன? ராத்திரி நேரத்தில் உங்களை யாராவது தொந்தரவு செய்கிறார்களா?"

சுகிதா தலையைக் குனிந்து தன் நகங்களை ஆராய்ந்துகொண்டு மெல்லிய குரலில் பேசினாள்.

"ராத்திரி என்று இல்லை. பகலிலும் எப்போது வருகிறாள், எப்போது போகிறாள் என்று எனக்குத் தெரியாமல் ஒருத்தி என்னை அலைக்கழித்துக்கொண்டிருக்கிறாள். அவளைக் கண்டுபிடித்துத் தர வேண்டும். அவள் யார் என்று எனக்குத் தெரியும். ஆனால், எனக்குத் தெரியாது.."

"விடுகதைகளை விட்டுவிட்டு நேரடியாக விஷயத்திற்கு வாருங்கள், சுகிதா"

"நான் சொல்லும் பெண்ணை பின்தொடர்ந்து போய் அவள் யார், எங்கெங்கே போகிறாள் என்று முழு ரிப்போர்ட் தர முடியுமா?"

"சிம்பிள். யாரைத் தொடர வேண்டும் என்று சொல்லுங்கள், உங்களுக்குத் தெரிந்தவளா, தெரியாதவளா?"

அவள் விரக்தியுடன் சிரித்தாள்.

"நீங்கள் தொடர வேண்டிய பெண்ணின் பெயர் சுகிதா. அவள் இப்போது உங்கள் முன்னால் உட்கார்ந்திருக்கிறாள்.."

"கம் எகெய்ன்"

"நீங்கள் என்னைத்தான் கண்காணித்து வேவு பார்த்து எனக்கு ரிப்போர்ட் தர வேண்டும், நரேன்.."

"சுவாரஸ்யம்.. ரொம்ப சுவாரஸ்யம்.." என்றான் நரேந்திரன். "ஈகிள்ஸ் ஐ ஆரம்பித்து இத்தனை வருடங்களில் மனைவியை ∴பாலோ செய், அண்ணனைக் கண்காணி, தம்பியை வேவு பார் என்றெல்லாம் சொல்லியிருக்கிறார்களே தவிர, தன்னைத்தானே வேவு பார்க்கச் சொல்லி இளம் பெண் வந்து நிற்பது இதுதான் முதல் தடவை என்று நினைக்கிறேன்.."

"என்னைப் பற்றி எனக்கே நிறைய சந்தேகங்கள், நரேன். அதனால்தான்.. உங்களிடம் இது தொடர்பாக நான் காட்ட வேண்டியது நிறைய இருக்கிறது. என்னோடு என் வீட்டிற்கு வர முடியுமா?"

"இந்த அகாலத்திலா?"

சுகிதா எழுந்தாள். "மறுக்காமல் கிளம்புங்கள், ப்ளீஸ்"

நரேந்திரன் எழுந்தான்.

"என் காரிலேயே போகலாம், நரேன்.."

சுகிதா கொஞ்சலாகச் சொன்னாள்.

"அப்புறம் நான் எப்படித் திரும்பி வருவதாம்?"

"அப்படியானால் உங்கள் காரில் இருவரும் போகலாம்"

"அப்புறம் உங்கள் கார் இங்கே நின்றிருக்குமே?"

"தனித் தனியே போவதை நான் வெறுக்கிறேன்.." என்று சிணுங்கிக்கொண்டே அவள் நரேந்திரனின் கையை அணைத்துக்கொண்டாள்.

"நான் உங்களைக் கொண்டுவந்து டிராப் செய்கிறேன். ப்ளீஸ், என் காரிலேயே வாருங்கள்"

சுகிதாவின் காரில் அவளைப் போலவே ஒரு இனிமையான வாசம் சூழ்ந்திருந்தது.

நிதானமாகக் கார் செலுத்தியதில் ஒரு நிச்சயமின்மை இருந்தது.

"கார் ஓட்டக் கற்று ஒரு மாதம்தான் ஆகிறது. இரவில் போக்குவரத்தே இல்லை என்றாலும், லேசாக நெர்வஸாக இருக்கிறது.." என்று கேட்காமலேயே தகவல் தந்தாள்.

"உங்களிடம் இன்னும் நிறைய ஆச்சரியங்கள் பாக்கி இருக்கின்றன என்று தோன்றுகிறது.." நரேந்திரன் காரின் இருக்கையில் நன்றாக சாய்ந்து உட்கார்ந்துகொண்டு சொன்னான்.

"நரேன் நீங்கள் நீங்கள் என்று என்னிடம் மரியாதையோடு கூப்பிட்டால் எனக்கு என்னவோ அக்கா ∴பீலிங் வருகிறது. நீ, வா, போ, போதுமே ப்ளீஸ்.."

"வெரி நைஸ்"

அவள் வீட்டை அடையும் வரை சமீபத்திய சினிமாக்கள் எதெல்லாம் சொதப்பல், ஐஸ்வர்யா ராயை எந்த எந்த பாலிவுட் தடியனெல்லாம் ஏமாற்றினார்கள், ரஜினி ஏன் அரசியலுக்கு வரவில்லை, ராமர் கோயில் கட்டுவதில் என்னென்ன முன்னெச்சரிக்கைகள் எடுத்துக்கொள்ள வேண்டும் என்று கலந்து கட்டி பேசிக்கொண்டே வந்தாள்.

முன் விளக்குகளின் அடாத வெளிச்சத்தில் கண்களை இடுக்கிக்கொண்டு, வாட்ச்மேன் காரைப் பார்த்ததும் கேட்களை பரக்க திறந்துவிட்டான்.

காரை அவள் கொண்டுநிறுத்திய போர்ட்டிக்கோ பகுதியை வாட்ச்மேன் நின்றிருந்த இடத்திலிருந்து பார்க்க இயலாது.

"கம்.."

நரேந்திரனின் கையைப் பிடித்து உள்ளே இழுத்துப் போனாள்.

ஹால், மெகா சோபாக்கள். டி.வி. ஸ்டிரியோ, மற்ற எல்லா எலக்ட்ரானிக் ப்ளேயர்கள்.

படிகள், பளிங்குப் பளபளவில் பிடிப்பதற்காகக் கீறப்பட்ட வரிகள். மெலமைன் மெருகேற்றப்பட்ட தேக்கு கைப்பிடி.

மாடி. ஷாண்ட்லியர்கள்.

அவள் அறை. இரட்டைக் கட்டில். பயன்படுத்தப்பட்ட கசங்கல்களுடன ∴போம் மெத்தை, கார்டுலெஸ் போன்கள், சிறு ரெ∴ப்ரிஜிரேட்டர்.

அந்த அறையிலிருந்து கதவு திறந்து அடுத்த சிறு நூலக அறை. கம்ப்யூட்டர், சி.டி.க்கள், புத்தகங்கள்.

ஓர் ஓரத்தில் போடப்பட்டிருந்த மேஜையருகே அவனை உட்காரச் சொன்னாள். மேஜையின் இழுப்பறையைத் திறந்தாள். உள்ளேயிருந்த ஒரு டைரியை எடுத்தாள்.

"இதில் சில பக்கங்களை நீங்கள் படித்தால் நான் சொல்ல வேண்டியதில் பாதி குறைந்துவிடும்"

நரேந்திரன் தன் செல்போனை அணைத்தான். டைரிக்கு பார்வையைத் திருப்பினான். அது உயர்ரக டைரி. வெள்ளை வழவழத் தாள்கள். ஒவ்வொரு தினத்திற்கும் ஒரு தனிப் பக்கம்.

டைரியின் முதல் பக்கத்தில் கொட்டை எழுத்துகளில்,

இது என் அந்தரங்க அந்தப்புரம்.

அத்து மீறி நுழைபவர்கள் அடுத்த ஜன்மத்தில் வாலில்லாக் குரங்குகளாகப் பிறந்து

அமேசான் காட்டில் அலைவார்கள்..

- சுகிதா.

என்று சிகப்பு மசியில் எழுதியிருந்தது.

"இது உங்களுக்குப் பொருந்தாது நரேன்.." என்றாள் சுகிதா.

"இந்த ஜன்மத்திலேயே நான் வாலில்லாக் குரங்காகப் பிறப்பெடுத்திருப்பதாலா..?" நரேந்திரன் சிரிக்காமல் கேட்டான்.

அவள் சிரித்தாள். "சந்தோஷை சந்திப்பதற்கு முன்னாலேயே உங்களை நான் சந்தித்திருக்கக் கூடாதா..?" அவள் கண்களில் நிஜமான ஏக்கம்.

நரேந்திரனின் மண்டைக்குள் எச்சரிக்கை மணி ஒலித்தது.

"படிக்கட்டுமா..?" என்று டைரிக்குள் பார்வையைத் திருப்பினான்.

"நான் அடையாளம் வைத்திருக்கும் பக்கங்களை மட்டும்.." என்றாள் சுகிதா, அவனை ஒட்டி உட்கார்ந்துகொண்டு.

பின் கழுத்தில் அவள் மூச்சை உணர்ந்துகொண்டு டைரியில் கவனத்தைப் பதிப்பது நரேந்திரனுக்கு சவாலாயிருந்தது.

ஆகஸ்ட் 1

சந்தோஷ் கிளம்பிப் போய் நான்கு நாட்களாகிறது.

விடியும் நேரம் போன் செய்தான். மாலத் தீவில் ஒரு கம்பெனி கான்பரன்ஸ்.

விறுவிறுப்பாகப் போய்கொண்டிருக்கிறதாம். முடிந்ததும் போன் செய்கிறானாம். என்னையும் வந்து சேர்ந்துகொள்ளச் சொல்லியிருக்கிறான். டிராவல்ஸில் ஓப்பன் டிக்கெட்டிற்குச் சொல்லிவிட்டு சந்தோஷமாகத்தான் குளிக்கப் போனேன்.

காலையில் குளிக்கும்போது கண்ணாடியில் பார்த்துகொண்டாக வேண்டும் எனக்கு. குளிர்ந்த நீர் உடலில் வளைவுகளைத் தழுவிச் செல்லும்போது எனக்கு எப்போதுமே ஒரு கிளுகிளுப்பு. தண்ணீரில் நனைந்த மென் உடலை விரல் நுனிகளால் மிருதுவாக வருடிக் கொடுக்கும்போது சொர்க்கத்தை நரம்புகளில் உணர்வது என் வழக்கம். குறுகி விரியும் வளைவுகளைக் கண்ணாடியில் பார்த்துப் பார்த்து, ஆனந்தம்கொள்வது என் வாடிக்கை. ஆனால், இன்றைக்குக் காலை அதிர்ச்சி காத்திருந்தது.

என் வயிற்றில், நாபிச் சுழிவிற்குக் கீழே இதென்ன தழும்பு? சிகரெட் சுட்ட வடுவா? எந்த ராஸ்கல் வைத்த தூடு? மார்பில்

ஏது இந்த நகக் கீறல்? என் சந்தோஷைக் கூட நான் இவ்வளவு தூரம் அனுமதித்தது இல்லையே!

திடிரென்று மகிழ்ச்சி எல்லாம் வற்றிப் போய்விட்டது. கணகணவென்று அடிவாரத்தில் அபாய மணி ஒலித்தது. இது முதல் தடவை இல்லை. இப்போதெல்லாம் எனக்கு தெரியாமலேயே நான் என்னென்னவோ செய்துகொண்டிருக்கிறேன்.

அப்படித்தான் நேற்று மேக்கப் கிட்டைத் திறந்தால் அதில் சிகரெட் பாக்கெட் ஒன்று கிடந்தது. தங்க நிறத்தில் ஒரு லைட்டர். அதில் ஜான்ஸி என்று பொறித்த பெயர். யார் இந்த ஜான்ஸி? பெண்ணின் பெயரா? லைட்டர் தயாரித்த கம்பெனியின் பெயரா?

நினைவுகளைக் கலைத்துத் தேடினேன். சரித்திரத்தில் படித்த ஜான்ஸி ராணியையத் தவிர வேறு எந்த ஜான்ஸியையும் அங்கே அடையாளம் காண முடியவில்லை.

சம்திங் ராங்

சுகிதா, உனக்கு என்னடி ஆயிற்று?

ஆகஸ்ட் 2

நேற்றைக்காவது குளிக்கையில் அதிர்ச்சி. இன்றைக்குக் காலை படுக்கையிலிருந்து எழுந்திருக்கும் போதே.

கட்டிலின் தலைமாட்டில் இருந்த கண்ணாடிக் கோப்பைகளுக்கும் அவற்றில் மிச்சமிருக்கும் விஸ்கிக்கும் என்ன அர்த்தம்?

இரண்டு கோப்பைகள். ஒன்றில் என் லிப்ஸ்டிக்கின் கறை. மண்டைக்குள் லேசான தலைவலி. வயிற்றுக்குள் கடாபுடா. நான்.. நானா குடிக்கிறேன்? இரண்டாவது கோப்பை யாருடையது?

படுக்கையிலிருந்து தடுமாறி எழுந்தேன். ஆளுயரக் கண்ணாடியில் பார்த்து அதிர்ந்தேன். உடம்பை இப்படி அப்பட்டமாகக் காட்டும் இவ்வளவு மெல்லிசான நைட்டி என்னிடம் ஏது? உள்ளாடைகளைப் போட்டுக்கொள்ளாமலா தூங்கியிருக்கிறேன்?

என் படுக்கையறைதான் என்றாலும், என்னவோ கிரிக்கெட் மைதானத்தின் நடுவில் நிர்வாணமாக நிற்க வைக்கப்பட்டாற்போல என் உடல் எங்கும் ஒரு கூச்சம்! தடக்கென்று போர்வையை இழுத்துப் போர்த்திக்கொண்டேன். உடல் தடதடவென்று நடுங்கியது.

பரபரப்பாகி குனிந்து கட்டிலுக்குக் கீழே யாராவது ஒளிந்திருக்கிறார்களா என்று பார்த்தேன். இல்லை. பாத்ரூமிற்குள் ஓடினேன். அங்கேயும் யாரும் இல்லை. வார்ட்ரோபிற்குள்? ஊம்ஹூம். திரைகளுக்குப் பின்னே? மேஜைக்கு அடியில்? சோபாவின் நிழலில்?

ஆவேசம் வந்தவள் போல் படுக்கையறையின் அத்தனை மூலைகளிலும் தேடினேன்.

யாரும் இல்லை.

அப்படியானால் அந்த இரண்டாவது கோப்பை யாருடையது? நினைவுகளை எவ்வளவு கசக்கிக்கொண்டாலும் பதில் கிடைக்கவில்லை.

ஆகஸ்ட் 8

காலையில் காலண்டர் என்னை வெறிபிடிக்க வைத்தது. ஆகஸ்ட் 7 என்னாயிற்று?

அதை என் வாழ்க்கையிலிருந்து அழித்துப் போட்டது யார்?

ஆகஸ்ட் 6 இரவு தூங்கிக் கண்விழித்தால், ஆகஸ்ட் 8. இடையில் ஒரு நாள் நான் எங்கே இருந்தேன்?

விடிந்ததும் விடியாத நேரமானாலும் ஜெனரல் மேனேஜரின் நம்பருக்கு போன் செய்தேன்.

கடற்கரை ஜாகிங்கில் இருந்த அவர் மூச்சிரைத்துக்கொண்டே சொன்னார்.

'நேற்று நீங்கள் ஆபிஸ் வரவில்லையே மேடம். செல்போனையும் அணைத்து வைத்துவிட்டீர்கள். எஸ்.எம். எஸ். அனுப்பினேன். பதிலில்லை. டிரைவரை விசாரித்தேன். காலையிலிருந்து வீட்டு வாசலில் காத்திருந்தானாம். நீங்கள் வெளியே வராததால் வாட்ச்மேனிடம் விசாரித்திருக்கிறான். ஆறாம் தேதி இரவே நீங்கள் தனியாகக் காரில் கிளம்பிப் போனதாகவும் புறப்படும்போது, வெளியூர் போவதாகச் சொன்னதாகவும் வாட்ச்மேன் சொன்னானாம். நீங்கள் என்னடாவென்றால் என்னைக் கேட்கிறீர்கள்..'

மை காட்!

நான்.. நான் வெளியூரா? யாருக்கும் தெரியாமலா?

வாட்ச்மேனை உடனே அழைத்தேன். அவனிடம் கேட்டால் என்னைப் பற்றி என்ன நினைத்துக்கொள்வான் என்ற கூச்சத்தை உதறிவிட்டுக் கேட்டேன்.

'நான் எப்போது திரும்பி வந்தேன்?'

'இன்னிக்கு விடிகாலைல நாலு மணிக்கும்மா'

சுகிதா, உனக்கு என்னடி ஆகிறது?

அவனை அனுப்பிவிட்டு விடைகளுக்காக ஹேண்ட்பேகைத் திறந்து பார்த்தேன்.

உள்ளே அதே சிகரெட் லைட்டர். ரோத்மன் சிகரெட் பாக்கெட் ஒன்று. உள்ளங்கைக்குள் அடங்கி விடுகிற மாதிரி இது என்ன?

கத்.. கத்தியா இது? இது எதற்கு என்னிடம்? அதன் பட்டனைத் தொட்டதும் ஜிவுக்கென்று திறந்து நான்கங்குல கூர்க் கத்தி பளபளத்தது. மிரண்டு கீழே போட்டுவிட்டேன்.

ஹேண்ட் பேகின் இன்னொரு ஜிப்பிற்குள் இன்னொரு அதிர்ச்சி. காண்டம் பாக்கெட்!

ஐயையோ..

நான் ஒன்றும் வர்ஜின் என்று பீற்றிக்கொள்ளவில்லை. ஆனால், கல்லூரிக் காலம் முடிந்த நேரத்தில் எனக்குப் பிடித்த ராகேஷுடன் இருந்த ஒரே ஒரு தடவைக்கப்புறம் இதற்கு அவசியமே வந்ததில்லையே.

எங்கே போனேன், யாருடன் இருந்தேன் என்ற நினைப்பே இல்லாமல் என்னைப் பணயம் வைக்குமளவிற்குக் கீழ்த்தரமானவளா நான்?

சுவரில் முட்டிக்கொண்டு, முட்டிக்கொண்டு யோசித்தேன்.

இது எங்கேகொண்டு போய்விடப் போகிறது?

ஆகஸ்ட் 10

எனக்குத் தெரியாமல் என்னிடம் சேரத் துவங்கிவிட்ட பொருட்களை எல்லாம் தனியே பத்திரப்படுத்தியிருக்கிறேன்.

சிகரெட் பாக்கெட்கள், தங்க லைட்டர், மெல்லிய நைட்டிகள் இரண்டு, எனக்குப் பொதுவாகப் பிடிக்காத லெதர் செருப்புகள். வலது விரலில் அணியும் பாம்பு மோதிரம். கண்களின் நிறத்தை மாற்றிக் காட்டும் கான்டாக்ட் லென்ஸ்கள். உயர் ரக பட்டன்

கத்தி. நான் சாப்பிட்டே அறியாத சூயிங்கம். இன்ட்டிமேட் காண்டம்கள். விஸ்கி கோப்பைகள். அருவருப்பான போர்னோ சி.டி.

பயமாயிருக்கிறது.

யாரிடம் போய் இவற்றைக் காட்ட முடியும்? எனக்கென்று பகிர்ந்துகொள்ள நெருக்கமாக யாருமே கிடையாதா?

சந்தோஷிடம் சொன்னால் கெட்ட கனவாயிருக்கும் என்று சிரிக்கிறானே, அவனிடம் அழுத்திச் சொன்னால் எனக்குப் பைத்தியம் என்று விலகிவிடுவானா?

பேசாமல் ஒரு பாட்டில் விஷம் வாங்கிச் சாப்பிட்டுமா? துண்டம் துண்டமாக மறந்து போவதைவிட, இந்த ஜன்மத்தையே மறந்துவிட்டு புது ஜன்மம் எடுத்துவிட்டால் என்ன?

நரேந்திரன் டைரியிலிருந்து நிமிர்ந்தான்.

"உன் டைரியிடம் நீ பொய் சொல்லும் பழக்கமுண்டா?"

சுகிதாவின் கண்களில் வலி.

"ஏன் என்னை சந்தேகப்படுகிறீர்கள்? இது என் பர்ஸனல் டைரி. என்னிடமே பொய் சொல்லிக்கொள்ள அவசியம் இல்லை நரேன்"

"எல்லாமே விநோதமாக இருப்பதால் சும்மா ஜோக்காகக் கேட்டேன்"

"எக்ஸார்ஸிஸ்ட் படத்தில் வருகிற மாதிரி என் உடம்புக்குள் ஏதாவது பேய் நுழைந்துவிட்டதா நரேன்?"

"உனக்குத் தெரியாமல் உன்னிடம் சேர்ந்துவிட்ட பொருட்களை நான் பார்க்கலாமா?"

அவள் மேஜையின் கீழ் இழுப்பறையைத் திறந்தாள்.

"முதலில் சைக்கியாட்ரிஸ்ட்டிடம் போக வேண்டுமோ என்று நினைத்தேன். ஆனால், அவரிடம் போனால், நேரே போலீஸ் ஸ்டேஷனில் கொண்டுபோய் என்னை நிறுத்திவிடுவார். அதனால்தான் உங்களைத் தேடி வந்தேன். லுக் அட் மை கலெக்ஷன்.." என்று பெருமூச்சுவிட்டாள்.

பிரிக்கப்படாத காண்டம் பாக்கெட்கள். விஸ்கி கோப்பைகள். வெள்ளைக்கார முகத்தோடும் வெள்ளைக்கார மற்றதுகளோடும் இறக்குமதி செய்யப்பட்ட போர்னோ சி.டி.க்கள். வெளிநாட்டு

சிகரெட் பாக்கெட்டுகள். தங்க லைட்டர். வெள்ளியில் செய்த பாம்பு வடிவ நெளி மோதிரம். ஒரு கண்ணாடிக் குடுவையில் வெவ்வேறு நிற கான்டாக்ட் லென்ஸ்கள். சற்றே செக்ஸியான மெல்லிய நைட்டிகள். ஹீல்ஸ் வைத்த லெதர் செருப்புகள். பளிச்சென்று திறக்கும் பட்டன் கத்தி. வெவ்வேறு வாசத்தில் சூயிங்கம்.

"ஒரு பெரிய டவலில் எல்லாவற்றையும் கவனமாக எடுத்து பார்சல் பண்ணு. உன் கைரேகைகளைத் தவிர வேறு ரேகைகள் இருக்கிறதா என்று செக் பண்ணிப் பார்த்துவிடலாம்.."

"இந்த லிஸ்ட்டில் சேராத ஒரு அயிட்டத்தைத் தனியே எடுத்து வைத்திருக்கிறேன்.."

சுகிதா மர அலமாரியைத் திறந்தாள். வெள்ளையாய் எதையோ எடுத்தாள்.

முக்கோண வடிவத்தில் திக்காக மடிக்கப்பட்ட வெள்ளை பூத் துவாலை அது. மேஜையில் அதை வைத்து துணியை மடிப்பு மடிப்பாக மெல்லத் திறந்தாள். உள்ளே பளபளவென்று ஒரு துப்பாக்கி. அதன் முனை பதிந்திருந்த இடத்தில் துணியில் சின்னதாக புகைக் கறை.

நரேந்திரன் முகத்தில் திடுக்கிடல் வந்தது.

"உனக்கு துப்பாக்கி சுடத் தெரியுமா?"

"தீபாவளி துப்பாக்கியில் கேப்களை சுட்டிருக்கிறேன்.. வேறு துப்பாக்கியைத் தொட்டதே இல்லை.." அவள் கண்களில் கண்ணீர்.

"இதை ஒரு துணியில் சுற்றி வைக்க வேண்டும் என்று உனக்கு எப்படித் தோன்றியது?"

"இது என் டவல் இல்லை. இப்படிச் சுற்றப்பட்டுதான் இது என் ஹேண்ட் பேகில் வைக்கப்பட்டிருந்தது. இதைப் பார்த்த பின்தான் உடனே ஈகிள்ஸ் ஐ வந்து உங்களைப் பார்க்க வேண்டும் என்ற புத்தி வந்தது.."

"இதைத் தொட்டாயா?"

"இல்லை, அப்படியே டவலோடு எடுத்து அலமாரியில் வைத்துவிட்டேன்.."

"துப்பாக்கிதான் எனக்குக் கவலை அளிக்கிறது. இது சமீபத்தில் பயன்படுத்தப்பட்ட அடையாளம் தெரிகிறது"

"எனக்கு ரொம்ப ரொம்ப பயமாயிருக்கிறது நரேன்.." என்று நரேந்திரனை சுகிதா இறுக்கிக்கொள்ளப் பார்த்தபோது கவனமாக நகர்ந்துகொண்டான்.

"இதுவும் என்னிடம் இருக்கட்டும்.." என்றான். எல்லாவற்றையும் மொத்தமாக ஒரு தோள் பையில் கலைக்காமல் வைத்துக்கொண்டான்.

சுகிதா தன் செக் புத்தகத்தை எடுத்துப் பிரித்தாள். தொகை எழுதி கிழித்து நீட்டினாள்.

"இது அட்வான்ஸ். மற்றபடி எவ்வளவு செலவானாலும் பரவாயில்லை. உண்மையில் நான் யார் என்று என்னைப் பற்றி எனக்கே தெரிந்துகொண்டாக வேண்டும். ப்ளீஸ் ஹெல்ப் மீ. நாளைக்கு விடிந்ததிலிருந்தே என்னைத் தொடர ஆரம்பித்துவிடுங்கள்"

"வெரிகுட்.. ஆனால் நாளைக் காலை ஆறு மணியிலிருந்து இந்த வீட்டை கண்காணிக்க வேண்டுமென்றால் இந்த வீட்டைப் பற்றி சில விவரங்கள் தேவை.."

"கேளுங்கள் நரேன்.."

"இந்த வீட்டிற்கு எத்தனை வாசல்கள் உண்டு? எந்த எந்த வழியில் நீ வெளியே போக முடியும்?"

"இரண்டே வாசல்கள்தான். ஒன்று நாம் வந்த வழி கேட்.. வாசல் கதவு.. அதைத்தாண்டி சிமெண்ட் பாதையில் நடந்தால் போர்ட்டிகோ. அங்கிருந்து காரில் புறப்பட்டால் கேட்.."

"இன்னொரு வழி?"

"இன்னொரு வழி.. கேட் வழியே போகாமல் சுவர் ஏறி குதிப்பது.." சொல்லிவிட்டு குழந்தை போல அவள் சிரித்தாள்.

"இந்த வீட்டிற்குப் பின்பக்கம் கதவு இல்லையா?"

"இருக்கிறது. ஆனால், அது பூட்டியே வைத்திருக்கிறது. பொதுவாக அந்த வழியே நடந்து போக முடியும்.. காரில் போக முடியாது. கார் இல்லாமல் நான் வெளியே எங்கேயும் போவதில்லை"

"வெல்.. வீட்டில் வாட்ச்மேன், வேலைக்காரி, சமைத்து வைக்கும் பட்லர், யாருமே கிடையாதா?"

"முன்பு இருந்தார்கள்.. ஆனால், காரணம் புரியாமல் அவர்களை சில மாதங்களுக்கு முன் வேலையிலிருந்து

நிறுத்திவிட்டேன். வாரத்துக்கு ஒரு முறை ஏஜன்ஸி வைத்து வீட்டை சுத்தம் செய்துகொள்வேன். இப்போது வாட்ச்மேன் மட்டும் உண்டு.. நாம் வந்தபோது பார்த்தீர்களே, அந்த இடத்தில் பன்னிரண்டு மணி நேரத்திற்கு ஒருமுறை டூட்டி மாறுவது உண்டு. இந்த நவீன யுகத்தில் கடைகளில் உணவு எப்பொழுதும் தயாராகக் கிடைக்கிறது. அதை வாங்கி பல நாட்களுக்கு சேமித்து வைத்துக்கொள்ள இந்த வீட்டில் உயர் ரக ரெப்ரிஜிரேட்டர் இருக்கிறது. அதனால் நோ குக்.."

ஈகிள்ஸ் ஐ ஆபீஸ் வாசலில் இறங்கிக்கொண்டபோது, "இப்போது குட் நைட் சொல்வதா.. குட்மார்னிங் சொல்வதா என்று தெரியவில்லை, வருகிறேன்.." என்று நரேந்திரன் காரிலிருந்து வெளிப்பட்டான்.

தன்னுடைய செல்போனை ஆன் செய்தான்.

ஈகிள்ஸ் ஐ.

பெரிய புயல் வீசப்போகிறது என்பதைப் புரிந்துகொண்டான்.

வாசலில் வைஜயந்தியின் ஸ்கூட்டி நின்றிருந்தது. கதவைத் திறந்து உள்ளே நுழைந்ததும் பேப்பர் வெயிட் பறந்து வந்து அவன் மார்பில் மோதியது. நரேந்திரன் நினைத்திருந்தால் சட்டென்று நகர்ந்து அந்த கண்ணாடி உருளையைத் தவிர்த்திருக்க முடியம். ஆனால், அப்படித் தவிர்த்திருந்தால் வைஜயந்தியின் முகத்தில் வந்து போன திருப்தி புன்னகை பிறந்திருக்காது.

அவனைப் பார்த்ததும் வைஜயந்தி அந்த புன்னகையை அடியோடு மறைத்தாள்.

"ராஸ்கல்.. என்னை வரச் சொல்லிவிட்டு எங்கே போனாய்? செல்போனையும் அணைத்து வைத்திருந்தாய்?"

"உன்னை வர வேண்டாமென்றுதானே சொன்னேன் வைஜ்.."

"நீ அப்படி சொல்லும் போதே ஏதோ திருட்டுத்தனத்தில் ஈடுபடுகிறாய் என்று எனக்குத் தெரியாதா?"

வைஜயந்தி ஒரே எட்டில் அவனை நெருங்கினாள். அவன் சட்டைக் காலரை முகர்ந்து பார்த்தாள்.

"ஏய், உன்னிடமிருந்து ஒரு பெண்ணின் வாடை வருகிறது"

"செத்தேன்.." நரேந்திரன் ஒரடி பின்னே நகர்ந்தான்.

"உன் மூக்கை வைத்துத் தேய்க்கும் தேய்ப்பில் இந்த ஆபீசில் ஜூனியரின் சீட்டை இன்றே கிழித்துவிடலாம் போல் தோன்றுகிறது. அடேங்கப்பா என்ன மோப்ப சக்தி!"

"பேச்சை மாற்றாதே.. யாருடன் கொஞ்சிவிட்டு வருகிறாய்?"

"நான் போனது ஒரு பெண் கஸ்டமர் வீட்டுக்குத்தான்"

"உனக்கு அவள் கஸ்டமரா, இல்லை அவளுக்கு நீ கஸ்டமரா?"

"வைஜ்.. இப்படி அநாகரிகமாக பேச யாரிடமிருந்து கற்றுக்கொண்டாய்?"

"சந்தேகமில்லாமல் உன்னிடமிருந்துதான். உன் கன்னத்தில் ஒரு பெண்ணின் லிப்ஸ்டிக் வாசனை தெரிகிறது. உன் சட்டை காலரில் ஒரு பெண்ணின் பர்ப்யூம் வாசனை தெரிகிறது. என்ன செய்துவிட்டு வருகிறாய்..?"

"நீ இன்னும் முகர்ந்து பார்க்க வேண்டிய பகுதிகள் என்னென்னவோ இருக்கின்றன வைஜ்.."

"யூ ஸ்கௌண்ட்ரல்.." வைஜயந்தியின் ஹாண்ட் பேக் சுழன்று வந்தது.

நரேந்திரன் லாகவமாக குனிந்து அந்த வீச்சிலிருந்து தப்பித்தான்.

"வைஜ்.. ராத்திரி மூன்று மணிக்கும் நான்கு மணிக்கும் தூக்கத்தைக் கலைத்துக்கொண்டு என்னோடு சண்டை போடவா காத்திருந்தாய்?"

"எங்கே போயிருந்தாய்?"

"சுகிதா என்ற பெண்ணைப் பார்க்க.. அதுவும் நானாகப் போகவில்லை. அவள் இங்கே வந்து என்னை அவள் வீட்டிற்கு அழைத்துப் போனாள்.."

"ஏன்? இங்கே வந்தவளுக்கு அவள் கேஸ் பற்றி இங்கேயே சொல்ல முடியவில்லையா?"

"சொல்ல வேண்டியதையெல்லாம் இங்கே சொல்லிவிட்டாள். காட்ட வேண்டியது சில இருந்தன.. அதற்காக அவள் வீட்டுக்கு அழைத்துப் போனாள்.."

சொல்லி முடித்துமே, அந்த வாக்கியம் எவ்வளவு தவறாக அமைக்கப்பட்டுவிட்டது என்று நரேந்திரன் உணர்ந்து நாக்கை

கடித்துக்கொள்ளும் முன், வைஜயந்தியின் முஷ்டி உயர்ந்து அவனது முகவாயை அடியிலிருந்து நேர்குத்தாக தாக்கியது.

நரேந்திரன் மேல் பல்வரிசையும், கீழ்ப்பல்வரிசையும் ஒன்றுடன் ஒன்று குஸ்தி போட்டுக்கொண்டு விலகின.

"வைஜ்.. உன்னிடம் எனக்குப் பிடித்ததே இதுதான். யூ ஆர் ரியலி பொஸஸிவ்.."

நரேந்திரன் தன் பாக்கெட்டிலிருந்து செக்கை எடுத்து நீட்டினான்.

"பார்.. கையோடு ∴பீஸ் கூட வாங்கி வந்திருக்கிறன்.."

வைஜயந்தி அந்த செக்கை வாங்கி மேஜை மீது வைத்தாள். தரையிலிருந்து பேப்பர் வெயிட்டை எடுத்து நரேந்திரன் அதன் மேல் வைத்தான்.

"வைஜ்.. இன்னும் இரண்டு மணி நேரத்திற்கு என்னை எப்படி வேண்டுமானாலும் டோஸ் கொடு.. எங்கே வேண்டுமானாலும் அடித்து காயப்படுத்து.. எப்படி வேண்டுமானாலும் புரட்டி எடு.. அதற்கப்புறம்.."

"ஏன் அதற்கப்புறம்.."

"அதற்கப்புறம்.. சுகிதாவின் வாலைப் பிடித்துக்கொண்டு எனக்கு நாள் முழுவதும் டூட்டி இருக்கிறது.."

"நினைத்தேன்"

"ஒரு மாபெரும் துப்பறியும் நிறுவனத்தின் சீனியர் டிடெக்டிவின் அஸிஸ்டண்ட் போல கண்ணியமாகவா நடந்துகொள்கிறாய் வைஜ்?"

"வாட்.. நான் உன்னுடைய அஸிஸ்டெண்ட்டா? அதெல்லாம் பழைய கதை. இப்பொழுது நானும் உனக்கு இணையான துப்பறியும் நிபுணர்.. சொல்லப்போனால் உன்னைத் தனியேவிட்டுப் போக பயந்துதான் உன்னைக் கண்காணிக்க ராம்தாஸ் என்னைவிட்டுப் போனார். ஞாபகம் இருக்கட்டும். நாளைக் காலை நீ எங்கே போக வேண்டும்? யாரைப் பார்க்க வேண்டும்? எதற்காக என்று எல்லா விவரங்களும் எனக்கு உடனே.. உடனே வேண்டும்.."

"முதலில் இந்த டேப்பைக் கேள்.. அதற்குள் நான் ஒரு ரவுண்ட் போய்விட்டு வந்துவிடுகிறேன்.."

நரேந்திரன் சுகிதா வந்தபோது பதிவு செய்த டேப்பை அவளிடம் நீட்டினான். அலட்சியமாக அதை வாங்கிக்கொண்ட வைஜயந்தி..

"ரவுண்டா.. மறுபடியும் எங்கே..?" என்று சீறினாள்.

"அடையாறு பக்கம் ஏதோ ஒரு இடத்தில் இருபத்திநாலு மணி நேர ஜஸ்க்ரீம் பார்லர் திறந்திருப்பதாகச் சொன்னார்கள். அங்கே போய் இரண்டு கோன் ஜஸ்க்ரீம் வாங்கி வந்துவிட்டால்தான் நான் உனக்கெதிரில் நிம்மதியாக உட்கார முடியும்"

அவளுடைய பதிலுக்காக காத்திருக்காமல் நரேந்திரன் வெளியே பாய்ந்தான்.

3

இரவு கிடைத்த இரண்டு மணி நேரத் தூக்கம் போதாமல் நரேந்திரனின் கண்கள் சிவப்பு வரிகளாக நிறைந்திருந்தன.

கருப்பு நிறப் பேண்ட்டும் வெளிர் சாம்பல் நிற சட்டையும் அணிந்து, மறக்காமல் பெல்ட்டையும் அணிந்துகொண்டான் நரேந்திரன். கால்களில் ஒலி எழுப்பாத ரப்பர் ஷூக்கள். ராம்தாஸ் மற்றும் ஈகிள்ஸ் ஐ குழுவினர் பத்து மணிக்கு அலுவலகத்திற்கு வந்துவிடுவார்கள் என்பதால் அவர்களுக்குத் தேவையான குறிப்புகளை எழுதி வைத்தான். படிகளில் இறங்கியபோது அவனுக்கு ஆச்சரியம் காத்திருந்தது. அவனுடைய புல்லட் மோட்டார் சைக்கிளின் அருகில் மண்டியிட்டு அமர்ந்திருந்த வைஜயந்தி அதன் சக்கரத்தை பளபளவென்று துடைத்துக்கொண்டிருந்தாள்.

ரோஸ் நிறத்தில் ஒரு கால்சராயும், அரக்கு நிறத்தில் சதுரக் கழுத்து பிளவு வைத்த ஒரு டாப்சும் அணிந்திருந்தாள். காதுகளில் அரக்கு நிறத்தில் தொங்கட்டான்கள். பளீர் என்ற முகத்தில் உதடுகளில் மட்டும் அரக்கு நிறம் சேர்த்திருந்தால்.. அப்படியே அழைத்துப் போய் அவளை ∴பாஷன் சேனலில் நடக்கவிடலாம்.

வைஜயந்தியைப் பார்த்ததும் நரேந்திரன் புருவங்களை மட்டும் உயர்த்தி தன் ஆச்சரியத்தைத் தெரியப்படுத்தினான்.

"என்ன பார்க்கிறாய்? நீ தனியாகப் போகப் போவதில்லை. அந்த வீட்டில் இரண்டு வாசல்கள் இருக்கின்றன. அந்த இரண்டு வாசல்களையும் ஒரே சமயத்தில் கண்காணிக்க நீ ஒன்றும் ஹெலிகாப்டரில் அமர்ந்திருக்கப் போவதில்லை.." என்றாள் வைஜயந்தி.

"அதற்காக?"

"அதற்காக நான் உட்காரும் புல்லட்டையும், என் உடை படக்கூடிய புல்லட்டின் பின் பக்கத்தையும் சுத்தமாக துடைத்து வைத்திருக்கிறேன்"

"ஓ.. என்னோடு வருவதாகத் தீர்மானித்துவிட்டாயா?"

"ஆம்"

"என்னோடு வருவதாக இருந்தால் முதலில் இந்த டாப்ஸைக் கழற்று.."

"வ்வாட்..?"

வைஜயந்தி வண்டியைத் துடைத்துக்கொண்டிருந்த அழுக்குத் துணியை நரேந்திரனின் முகத்தின் மேல் வீசினாள். நரேந்திரன் நகர்ந்தான். கையில் அந்த துணியைப் பிடித்து குனிந்து தன் ஷூக்களை துடைத்துக் கெண்டான்..

"என் முட்டாள் சக துப்பறியும் நிபுணரே.. நான் போவது ஒரு பெண்ணைத் தொடர்வதற்காக.. தொடர்ந்து போவது தெரியாமல் ரகசியமாக அந்த வேலையை நான் செய்ய வேண்டும். நீ அணிந்திருக்கும் டாப்ஸ் இரண்டு கிலோமீட்டர் தூரத்திலிருந்தே உன்னைக் காட்டிக் கொடுத்துவிடும். இத்தனை வருடங்கள் ஈகிள்ஸ் ஜயில் இருந்தாலும், என்னோடு வரும்பொழுது வேறொரு பெண் என் கவனத்தை ஈர்த்துவிடுவாளோ என்ற பயத்தில் உன்னை பளபளப்பாக காட்டிக்கொள்வதற்காக இவ்வளவு செக்ஸியாக நீ உடுத்தியிருக்க வேண்டாம். அதிலும் அரக்கு கலர்! போ.. போய் இந்த டாப்ஸை கழற்றிவிட்டு, சாம்பல் நிறத்தில் என்னுடைய டி ஷர்ட் ஒன்று இருக்கும் அதை அணிந்துகொண்டு வா.. அதே போல் இந்தப் பேண்டை கழற்றிவிட்டு, நான் தோய்க்கப் போட்டிருக்கும் ஜீன்ஸ் பேண்டை அணிந்துகொள்.."

"யூ டர்ட்டி டார்டாய்ஸ்.. நீ சாப்பிட்ட மிச்சத்தை நான் சாப்பிட வேண்டும்.. நீ கழற்றி போட்டத் துணியை நான் அணிந்துகொள்ள வேண்டும் என்று கற்கால மனிதனைப் போல் கற்பனை செய்யாதே.. நான் வைஜயந்தி.. பார்லிமென்ட்டில் எனக்காகத் தனியாக சட்டம் இயற்றக் கூடியவள். உனக்கு ஐந்து நிமிடம் டைம் தருகிறேன். என் வீட்டில் வந்து என்னை பிக் அப் செய்துகொள்.."

வைஜயந்தி பாய்ந்து தன் ஸ்கூட்டியில் ஏறினாள். நரேந்திரன் புல்லட்டில் ஆரோகணித்து அதை உதைத்து 'டுர்'

என்று திருப்புவதற்குள் வைஜயந்தி அந்த தெருமுனையைத் தாண்டியிருந்தாள்.

ஆறு கோன் ஜஸ்க்ரீம்கள் வைஜயந்திக்கு செலவழித்த பின்னும் சுகிதா வீட்டைவிட்டு வெளியே வந்தபாடில்லை.

நரேந்திரன் நெளிந்தான். அந்த வீட்டிற்கு நேர் எதிரே புதிதாக எழும்பிக்கொண்டிருந்த கட்டிடத்தின் முதல் மாடியில் ஈரமான கான்க்ரீட் தளத்தில் எத்தனை நேரம்தான் உட்கார்ந்திருப்பான்?

கண்களில் பைனாக்குலர்களை அழுத்தி அழுத்தி அந்த இடத்தில் வட்டமாக வலித்தது.

மதியம் ஒரு மணி. சூரியன் உச்சிக்கு ஏறி தார் சாலைகளை பளபளப்பாக்கியிருந்தது. மரங்கள் தங்கள் பாதங்களை பாதுகாத்துக்கொள்ள கிளைகளால் குடை பிடித்துக் கொண்டிருந்தன. தெருவில் மணி அடித்துகொண்டு ஐஸ் வண்டி ஒன்று திரும்பியது. வீட்டின் பின்புறம் இருந்த அடுத்த தெருவில் இந்த வண்டி போயிருந்தால் நிச்சயம் வைஜயந்தியிடம் வியாபாரம் ஆகியிருக்கும்.

நரேந்திரன் சற்றே சலித்து கால் மாற்றியபோது சுகிதாவின் வீட்டுக் கதவு திறந்தது. சுகிதா வெளியே வந்தாள். ராஜஸ்தான் மாநில தறியிலிருந்து நேராக தருவிக்கப்பட்டது போன்ற ஒரு அற்புதமான சுடிதார் உடுத்தியிருந்தாள். அந்த அரக்கும், நீலமும் கலந்த அவள் உடை அவளுடைய சருமத்தின் நிறத்தை தூக்கிக் கொடுத்தது. தோளில் அதே நிறத்தில் ஹாண்ட் பாக். ஏற்கெனவே உயரமான அவளை இன்னும் உயர்த்தி காட்டுவதுபோல் ஓரங்குல உயரத்திற்கு ஹீல்ஸ். கண்களை மறைக்கும் கருப்புக் கண்ணாடி. வலது சுட்டு விரலில் சுழலும் சாவி வளையம். தன்னுடைய காரை நெருங்கி சாவியை அவள் அதில் நுழைத்தபொழுது நரேந்திரன் தன் செல்போனில் வைஜயந்திக்கு அவசரமாக மெஸேஜ் அனுப்பினான்.

'புறப்படுகிறாள், தொடர்கிறேன்'

கார் முதலில் நின்றது ஒரு ஏ.டி.எம். பூத் வாசலில். சுகிதாவைப் பார்த்ததும் ஸ்டூலில் உட்கார்ந்திருந்த செக்யூரிட்டி எழுந்து சகல மரியாதைகளுடன் கதவைத் திறந்துவிட்டான்.

அவள் தன் ரகசிய எண்களை இயந்திரத்தில் ஒற்றிய பொழுது சில கரன்சி காகிதங்கள் துப்பப்பட்டன. அவற்றை

அள்ளி பர்சுக்குள் திணித்துக்கொண்டு அவள் மீண்டும் காருக்குள் ஏறியபொழுது நரேந்திரனும் தயார் ஆனான்.

கார் சில பல திருப்பங்கள் செய்து தி.நகரில் ஒரு குறுக்குச் சந்தில் நுழைந்தது. பகலிலும் நியான் விளக்குகள் ஒளிரும் அந்த வட இந்திய ரெஸ்ட்டாரண்டின் வாசலில் பிரேக் அடித்தது. சுகிதா இறங்கியதும் ரெஸ்ட்டாரண்ட் சிப்பந்தி ஒருவன் அவளிடமிருந்து சாவியை வாங்கிக்கொண்டு காரை ஓட்டிச் சென்று எதிர்புறத்திலிருக்கும் மர நிழலில் பார்க் செய்தான்.

நரேந்திரன் ஒரு மரம் தள்ளி தன் வண்டியை நிறுத்திவிட்டு இறங்கினான். ரெஸ்ட்டாரண்டிலிருந்து வாசம் அவனை கவர்ந்திழுத்தது. காலையிலிருந்தே இரண்டு பிரட் துண்டுகளும், சில பிஸ்கட்டுகளும் மட்டுமே சாப்பிட்ட வயிற்றை பசி கிள்ளியது.

ரெஸ்ட்டாரண்டிற்குள் நுழைந்தான். இடது புறத்தில் கல்லா.. கல்லாவில் இருந்த ஐம்பது வயது மனிதருக்கு டூத் பிரஷ் போல குட்டையாக விறைத்து நின்ற தலைமுடி... அவர் அருகில் இனிப்புகளை எடை போட எலக்ட்ரானிக் தராசு.. வலதுபுறம் 'கிர்ரக்' 'கிர்ரக்' என்று தன் காகித நாக்கை துருத்தி சப்திக்கும் பில்லிங் மிஷின்.

ரெஸ்ட்டாரண்ட் இரண்டு பகுதிகளாகப் பிரிக்கப்பட்டிருந்தது. கீழ்த்தளத்தில் சில மேஜைகள். அவற்றை கவனிக்க இரண்டு சீருடை ஊழியர்கள். அந்த ஹாலிலிருந்து மரப்படிகள் ஏறி, கொண்டுவிடும் மேல்தளம். அங்கே இன்னும் மேஜைகள்.

கல்லாவை ஒட்டி நீளமான கண்ணாடி ஷோகேஸில் முந்திய நாளும் அன்றைக்கும் தயாரான இனிப்பு வகைகள். இன்னொரு புறம் அடுப்பு தணிந்து எரிய அதில் சுடச்சுட தயாராகும் ஜிலேபி. கொட்டாங்குச்சியின் அடியில் துளையிட்டு அதில் விரலை அழுத்தியும் விலக்கியும் ஜாங்கிரி மாவை சுருள் சுருளாக எண்ணெயில் விட்டுக்கொண்டிருந்த ஊழியன். தமிழ் பேசினால் புரிந்துகொள்ள மாட்டான் என்றுதான் தோன்றியது.

எண்ணெயில் பொரிந்த ஆரஞ்சு சுருள்களை கம்பிகளால் கோர்த்தெடுத்து, இனிப்பு திரவத்தில் தோய்த்தெடுத்து சுடச்சுட விற்பனை செய்துகொண்டிருந்தார்கள்.

நரேந்திரன் அப்படித் தயாரான இரண்டு ஜாங்கிரிகளை ஒரு பீங்கான் தட்டில் வைத்து கல்லாவில் உள்ள மனிதரிடம்

உயர்த்திக் காட்டிவிட்டு தனக்கென்று ஒரிடத்தைத் தேர்ந்தெடுத்துக்கொண்டான். அவன் அமர்ந்த இடத்திலிருந்து, மாடிப் பகுதியும், அங்கே சுகிதா ஒரு டேபிளில் அமர்ந்து இருப்பதும் தெளிவாகத் தெரிந்தது.

மெனுகார்டைப் புரட்டியபடி சுகிதாவை நோட்டமிட்டான்.

அவள் தனக்கு வேண்டிய உணவை ஆர்டர் கொடுத்துவிட்டுக் காத்திருந்தாள். கையோடு கொண்டுவந்திருந்த வாக்மேனை இயக்கினாள். அவளுடைய பார்வை வெகு தற்செயலாக திரும்பி கீழே அமர்ந்திருந்த நரேந்திரன் மேல் பட்டு பிறகு விலகியது.

நரேந்திரன் மீது அந்தப் பார்வை பரவி சென்ற சில நொடிகளில் அவள் முகத்தில் ஆச்சர்யம் பார்த்து நரேந்திரன் அதிர்ந்தான். அவளைப் பின்தொடர்வதை அவள் கவனிக்கக் கூடாது. அப்படியே அவள் கவனித்தாலும் அதை வெளிக்காட்டிக்கொள்ளக் கூடாது. எல்லாமே சொதப்பலாகிவிட்டது.

நரேந்திரன் மெனுகார்டை மூடிவைத்துவிட்டு வேறு ரெஸ்ட்டாரண்டிற்கு போய்விடலாம் என்று தீர்மானித்தபோது, சீருடை ஊழியன் அவன் அருகே வந்து நின்றான்.

"மேடம் உங்களை கூப்பிடறாங்க.." என்று மாடிப் பகுதியைக் காட்டினான்.

பாழாய்ப் போனது போ.. இதைவிட மெரினாவில் மீட்டிங் போட்டு உரக்கச் சொல்லிவிடலாம்! ஆனால், இதற்கு மேல் நரேந்திரன் பிகு செய்து கிளம்பினால் அதுவே ஒரு பெரிய நாடகமாக அங்கே அரங்கேறிவிடும்.

நரேந்திரன் அப்பொழுதுதான் அவளைப் பார்ப்பது போல கண்களில் ஆச்சரியம் காட்டி.. படிகளில் ஏறி அவள் எதிரில் அமர்ந்தான்.

"உங்களுக்கு லன்ச் ஆர்டர் செய்யட்டுமா..?" அவள் குழந்தை போல் கேட்டாள்.

"சுகிதா.. நாம் இருவரும் தெரிந்துகொண்டவர்களாக வெளியுலகத்திற்குக் காட்ட வேண்டாமென்று நினைத்தேன்.."

"ஸோ வாட்..?" என்றாள் சுகிதா. "நீங்கள் என்னால் நியமிக்கப்பட்டவராக ஏன் நினைத்துக்கொள்கிறீர்கள்? நாம் இருவரும் ஏற்கெனவே ஒருவரை ஒருவர் அறிந்த நண்பர்களாக இருந்திருக்கலாமே.. வெகு தற்செயலாக இங்கே

சந்தித்தால் ஒருவரோடொருவர் பேசிக்கொள்ள மாட்டோமா..? அப்படியில்லாமல் இந்த இடத்தில் நாம் ஒருவரை ஒருவர் தவிர்த்தால்தான் அதில் ஏதோ ரகசிய அர்த்தம் இருப்பதாக மற்றவர்களுக்குத் தோன்றும். ஜஸ்ட் ஈட் யுவர் லன்ச்.." என்றாள் புன்னகையுடன்.

இவள் குழந்தையா? வளர்ந்தவளா? முட்டாளா? புத்திசாலியா? எல்லாம் அறிந்தவளா, அறியாதவளா? நரேந்திரனால் எந்த யூகத்திற்கும் வர முடியவில்லை.

"காலையிலிருந்து யார் யாருக்கெல்லாம் ∴போன் செய்தாய் சுகிதா? நான் சொன்னபடி அந்த பட்டியலையெல்லாம் தயார் செய்துகொண்டிருக்கிறாயா?"

"அ∴ப்கோர்ஸ்.." என்றாள் சுகிதா.

"என்னுடைய நினைவு இருக்கும் நேரத்தில் எல்லாம் நீங்கள் சொன்னதை ஒழுங்காக செய்துகொண்டிருக்கிறேன்"

அவளுடைய பேச்சு பாதியில் துண்டிக்கப்பட்டது.

"மே ஐ ஜாயின் யூ.." என்ற குரல் கேட்டு நரேந்திரன் அவசரமாக நிமிர்ந்தான்.

சற்றே மூச்சிரைப்போடு வைஜயந்தி.

"ஹாய்.." என்றாள் சுகிதா.

"வா.. வா.. உட்கார். இதுதான் சுகிதா"

சுகிதாவின் கண்களில் வைஜயந்தியைப் பார்த்ததும் முதலில் சின்னக் குழப்பம். அப்புறம் சின்ன ஆச்சர்யம்.

"நரேன்.. இது வைஜ்தானே?"

"வைஜயந்தி.." என்றாள் வைஜயந்தி.

"உட்காருங்கள்.."

சுகிதா திரும்பி பேரரை அழைத்து.

"இன்னொரு லன்ச்.." என்றாள்.

"ஸாரி, நான் சாப்பிட வரவில்லை. தெரிந்துகொண்டு போகத்தான் வந்தேன்.."

பேரர் நகர்ந்தான்.

"உனக்குத் தெரியாமல் உன்னைத் தொடர வேண்டும் என்று சொன்னானே.. இப்பொழுது உன் கூட சேர்ந்து லஞ்ச் சாப்பிடுகிறானே.. இரண்டு பேருமாக சேர்ந்து ஏதாவது கண்கட்டி வித்தை செய்கிறீர்களா?"

சுகிதா வைஜயந்தியின் கண்களில் ஒளிர்ந்த சின்னப் பொறாமையை மிகவும் ரசித்தாள். வாய்விட்டு சிரித்தாள்.

"நரேன்.. ஏன் வைஜ் இவ்வளவு சூடாக இருக்கிறாள்? நேற்றைக்கு இரவு நாம் செய்ததையெல்லாம் சொல்லிவிட்டீர்களா?"

இதென்னடா வம்பு? நரேந்திரன் தொடையில் பாம்பு சுற்றிக்கொண்டது போல மிரண்டு நிமிர்ந்தான்.

"வைஜ், நரேந்திரன் எனக்குத் தெரியாமல் தொடர வேண்டுமென்றுதான் ஏற்பாடு.. அதாவது நான் நானாக இல்லாத சில நேரங்களில் என்ன செய்கிறேன் என்று தெரிந்துகொள்வதற்காகத்தான் இந்த அவசியம்.."

"இப்போது?"

"இன்றைக்கு இப்பொழுது நான் யார் என்று எனக்குத் தெளிவாகத் தெரிந்திருக்கிறது. தனியாக உட்கார்ந்து சாப்பிட்டு போர் அடித்துவிட்டது. அதனால் கீழே உட்கார்ந்திருந்த நரேந்திரனை நான்தான் கம்பெனிக்காக மேலே கூப்பிட்டேன். இப்பொழுது நீங்களும் வந்துவிட்டீர்கள். மூன்று பேரும் சேர்ந்து சாப்பிடலாமே.."

"வைஜயந்தியின் லன்ச் சில ஐஸ்க்ரீம்கள் மட்டுமே.." என்றான் நரேந்திரன் புன்னகைத்து.

"உங்களிடம் அதுதான் எனக்கு ரொம்ப ஆச்சரியமாக இருக்கிறது வைஜ். நரேந்திரன் சொல்வதைப் பார்த்தால் நீங்கள் ஒரு நாளைக்கு இரண்டு பக்கெட் ஐஸ்க்ரீமாவது சாப்பிட வேண்டும். ஆனாலும் உடம்பை எப்படி இப்படி சிக்கென்று வைத்திருக்கிறீர்கள்?"

வைஜயந்தியின் முகத்தில் இருந்த கடுமை சற்று தளர்ந்தது. சரியான இடத்தில் தந்தியை மீட்டிவிட்டாள் என்று சுகிதாவைப் பார்த்த நரேந்திரனுக்கு சற்று வியப்பாயிருந்தது.

"வைஜ்.. யூ ஆர் வெரி லக்கி.. நரேன் போல ஒரு ஸ்மார்ட்டான ஆள் கிடைத்திருந்தால் நான் என்றைக்கோ என் சொத்து

முழுவதையும் வேறு யாருக்காவது எழுதி வைத்துவிட்டு வந்திருப்பேன்.."

"இன்னும் கிடைக்கவில்லையா?"

"கிடைத்த ஆள் நரேந்திரன் அளவுக்கு ஸ்மார்ட்டா என்று தெரியவில்லை. நான் நினைக்கிறேன், என்னை வேவு பார்க்க நரேன். நரேனை வேவு பார்க்க நீங்கள். கரெக்ட்?"

இந்த முறை தப்பான தந்தியை மீட்டிவிட்டாள். வைஜயந்தியின் முகம் சிவந்தது.

"என்னைப் பற்றி நரேந்திரன் கன்னாபின்னாவென்று பேசியிருப்பான். அத்தனையும் நம்புவதென்பது அடி முட்டாள்தனம். சற்று லோ கட் பிளவுஸ் போட்டிருந்தால் போதுமே, அந்தப் பெண்ணிடம் என்னைப் பற்றி நரேந்திரன் ஒரு எஃப்எம் ரேடியோவே நடத்திவிடுவான்.."

"நீங்களிருவரும் இப்படி சண்டை போடுவது சுவாரஸ்யமாகத்தானிருக்கிறது.."

"இரு.. இரு.." என்றான் நரேந்திரன். "உன் வாக்கியம் தப்பு. இருவரும் சண்டை போட்டுக்கொள்வது என்பது எப்படி சரியாகும்? இது ஒன்வே ட்ராபிக்.. நான் எப்போதும் சரண்டர்.."

சுகிதா மீண்டும் வாய்விட்டுச் சிரித்தாள்.

வைஜயந்தி நரேந்திரனின் கையைப் பிடித்து எழுப்பினாள்.

"வா.. உன்னிடம் கொஞ்சம் தனியே பேச வேண்டும்.."

சுகிதா திடுக்கிட்டாள். ஆனால், குறுக்கில் பேசாமல் மௌனமாயிருந்தாள்.

நரேந்திரன் வைஜயந்தியின் அந்த அநாகரிகமான செயலைக் கண்டு திடுக்கிட்டான். ஆனால் மேலும் குழப்ப வேண்டாமென்று அந்த இருக்கையைவிட்டு எழுந்தான்.

"நாம் இந்த மேஜையில் தனியே உட்காருவோம்.."

வைஜயந்தி அவனை பரபரப்பாக இழுத்துக்கொண்டு இன்னொரு மேஜைக்கு நடந்தாள்.

"வைஜ், நீ நடந்துகொள்வது.." என்று நரேந்திரன் ஆரம்பித்தபோது, அவள் அவன் உள்ளங்கையில் நகத்தால் அழுத்தியதும் நரேந்திரன் மௌனமானான்.

வைஜயந்தி ஜன்னல் அருகில் அமர்ந்தாள்.

"வெளியே பார்.." என்றாள் குரலைக் குறைத்து.

நரேந்திரன் இயல்பாக எட்டிப் பார்த்தான். அதிர்ந்தான். அவன் புல்லட்டை நிறுத்தியிருந்த இடத்திற்கு அருகிலேயே இன்னொரு மோட்டார் சைக்கிள் நிறுத்தி வைக்கப்பட்டிருந்தது.

அந்த மோட்டார் சைக்கிளின் அருகில் அதில் ஏதோ ரிப்பேர் செய்பவன் போல் அமர்ந்திருந்தவன் உண்மையில் நரேந்திரனின் புல்லட்டின் பக்கம் திரும்பியிருந்தான். அவனுடைய கையில் இருந்த மிகச் சன்னமான பிளேடு பெட்ரோல் டேங்கிலிருந்து வெளியேறும் ரப்பர் டியூபின் குறுக்கில் ஒரு கோடு கிழித்து அதை இரண்டாகப் பிளந்தது. ஒன்றும் அறியாதவன் போல அவன் தன் மோட்டார் சைக்கிளை விருட்டென்று கிளப்பிக்கொண்டு போனான்.

"ராஸ்கல்.." என்று நரேந்திரன் பற்களைக் கடித்தான். வைஜயந்தி முகத்தில் கோபத்தைத் தேக்கியபடி பேசினாள்.

"சுகிதாவை உன்னுடைய புல்லட் தொடர ஆரம்பித்ததும் சற்று தள்ளி அவனுடைய மோட்டார் சைக்கிள் உன்னைப் பின்தொடர ஆரம்பித்தது. அவனுக்கும் பின்னால் அவனைத் தொடர்ந்தபடி நான் வந்தேன்.."

"குட்.."

"இந்த ரெஸ்ட்டாரண்டிற்குள் சுகிதா நுழைந்ததும் நீ மோட்டார் சைக்கிளை ஒரு ஓரமாக நிறுத்தினாயே.. அப்பொழுது இவன் ஒரு பெட்டிக்கடை வாசலில் தன் பைக்கை நிறுத்தினான். அவனுடைய கவனம் முழுவதும் உன் மீதே இருந்தது. பெட்டிக் கடையிலிருந்து ஒரு பிளேடை அவன் வாங்குவதைப் பார்த்தேன். நினைத்திருந்தால் அப்பொழுதே அவனை நான் போய் தடுத்திருக்க முடியும். ஆனால் அவன் உஷாராகியிருப்பான். அதனால்தான் கவனமாக இருக்கச் சொல்லி உன்னை எச்சரிப்பதற்காக நானும் ரெஸ்ட்டாரண்டிற்குள் நுழைந்தேன். நீ சுகிதாவோடு அமர்ந்திருந்தாய். அந்த ஆளைப் போலவே இன்னும் வேறு யாராவது உன்னை கண்காணித்துக்கொண்டிருக்கலாம்.."

"வைஜ்.. என் கன்னத்தில் அறைந்துவிட்டு நீ போய்விடு.. மற்றதை நான் பார்த்துக்கொள்கிறேன்.."

வைஜயந்தி இன்னும் சற்று கோபமாகி தன் முகத்தை சிவப்பாக்கிக்கொண்டாள்.

"யூ ஸ்கெளண்ட்ரல், நூறு பெண்களுக்குப் பின்னால் அலைந்தால் சென்ட்ரல் ஸ்டேஷன் சப்வேயில்தான் உன் மூன்று தலைமுறையும் பிச்சை எடுக்கும்.." என்று கோபமாக சொல்லிவிட்டு நரேந்திரன் கன்னத்தில் 'பளீர்' என்று அறைந்தாள்.

'சரியான எமன்'! விளையாட்டுக்கு அடிக்க வேண்டும் என்று தெரிந்திருந்தாலும் கிடைத்த சந்தர்ப்பத்தைப் பயன்படுத்தி சுடச்சுட தந்துவிட்டுப் போகிறாள்.

நரேந்திரன் பற்களைக் கடித்துக்கொண்டு, அவளை ஏளனத்தோடு பார்த்தான்.

வைஜயந்தி சப்தத்துடன் நாற்காலியை பின்னால் தள்ளிவிட்டு பரபரவென இறங்கிப் போனாள். நரேந்திரன் சுகிதாவின் எதிரே வந்து அமர்ந்தான்.

"ஸாரி நரேன்.. என்னால் உங்கள் இருவருக்கும்.."

இரண்டு உணவுத் தட்டுக்களையும் எடுத்து வந்த பேரர் இந்த சமயத்தில் குறுக்கிடலாமா கூடாதா என்று புரியாமல் தடுமாறி நிற்க.. வைக்கச் சொல்லி நரேந்திரன் சைகை செய்தான்.

பேரரும், அவனது சகாக்களும் மிகுந்த ஆர்வத்தோடு தள்ளி நின்று வேடிக்கை பார்ப்பதை நரேந்திரன் ரசித்தான்.

"சுகிதா.." நரேந்திரன் ஜாங்கிரியை ஒரு ஓரத்தில் கடித்தபடியே மெல்லிய குரலில் பேசினான்.

"நேற்று இரவு நீ என்னை வந்து பார்த்தது இன்னும் யார் யாருக்கெல்லாம் தெரியும்..?"

சுகிதா சற்றே அதிர்ச்சியாகி நிமிர்ந்தாள்.

"ஏன் நரேன்?"

"உன்னைத் தொடர்ந்து வந்து கண்காணிக்க சொல்லி என்னை நீ நியமித்தது வேறு யாருக்கெல்லாம் தெரியும் என்று கேட்டேன்.."

"யாருக்கும் தெரியாது நரேன்"

"தயவுசெய்து மறைக்காமல் உண்மையைச் சொல்.. இல்லையென்றால் என்னால் உனக்கு உதவ முடியாது"

இப்பொழுது சுகிதாவின் பார்வையில் ஒரு குழப்பம் அலை மோதியது.

"சந்தோஷிற்குத் தெரியும்.. சொல்லப் போனால் இந்த ஐடியாவைக் கொடுத்ததே சந்தோஷ்தான்.." என்றாள்.

"சந்தோஷ்?"

"சொன்னேனே.. என் மீது உயிரை வைத்திருப்பவன். எனக்கு நேரும் குழப்பங்களையெல்லாம் முதலில் அவனிடம் சொன்னேன். அவனும் சேர்ந்து குழம்பினான். இது தன்னை மீறின விஷயம் என்று அவன் பயப்பட்டான். அவன்தான் நரேந்திரனை போய்ப் பார் என்று சொன்னான்.."

"சந்தோஷ் இப்போது எங்கே?"

"அவன் மாலத் தீவிற்குப் போயிருக்கிறான். ∴போனில்தான் என்னுடன் பேசுவான்.."

"என்னை வந்து சந்திக்கும்படி அவன் கருத்து சொன்னான் சரி.. நீ என்னை சந்தித்தது பற்றி அவனிடம் சொல்லிவிட்டாயா?"

"இல்லை.. உங்களைச் சந்திக்கக் கிளம்புவதற்கு முன்னால் அவனுக்குத்தான் போன் செய்தேன். ஆனால், உங்களை சந்தித்துவிட்டு போனபோது அதைப்பற்றி அவனிடம் செல்வதற்காக பலமுறை ∴போன் செய்த போதும் லைன் கிடைக்கவில்லை. அவன் ∴போனை அணைத்தே வைத்திருந்தான். இன்றிரவு மறுபடியும் நாங்கள் பேசுவோம்.."

"வெகு ரகசியமாக இருப்பதாக நாம் நினைத்த இந்த விஷயம் இன்னும் சில பேருக்குத் தெரிந்திருக்கிறது. கவலைப்படாதே.. சவால் அதிகமாக அதிகமாகத்தான் நரேந்திரனுக்கு சந்தோஷம்.."

"நரேன்! என்ன சொல்கிறீர்கள்?"

"அந்த விஷயமெல்லாம் உனக்கு வேண்டாம் சுகிதா.. நீ இயல்பாக எப்படி இருப்பாயோ அப்படியே இருந்துகொள். சாப்பிட்டதும் எனக்காகக் காத்திருக்காமல் காரில் புறப்பட்டுப் போய்விடு.. புரிந்ததா?"

"ஓ.கே.." சுகிதாவின் முகத்தில் குழப்பம் அதிகரித்தது.

"ஸாரி.. நரேன். நான் உங்களைக் கூப்பிட்டு என் அருகே உட்காரச் சொல்லியிருக்கக் கூடாது.. அதனால் ஏதாவது பிராப்ளமா?"

"அதனால் மட்டும் அல்ல.." என்றான் நரேந்திரன்.

4

——◆◆◆◆——

ராம்தாஸ் பைப்பில் புகையிலையை நிரப்பிக்கொண்டார்.

மேஜையின் கண்ணாடிப் பரப்பில் அவர் பற்றவைத்த தீக்குச்சி தலைகீழ் பிம்பமாக சுடர்விட்டது. முதல் குச்சி வீணானது.

நரேந்திரன் தன் பேண்ட் பாக்கெட்டிலிருந்து லைட்டரை எடுத்து நீட்டினான்.

ராம்தாஸ் இடதும் வலதுமாக தலை அசைத்தார்.

"என்றைக்காவது நான் லைட்டரைப் பயன்படுத்தி இருக்கிறேனா? ஐம்பது அறுபது குச்சிகள் செலவானாலும் தீக்குச்சிதான் என் பைப்பைப் பற்ற வைக்கும்.."

நரேந்திரன் லைட்டரை பாக்கெட்டிற்குள் போட்டுக்கொண்டான்.

"ஸோ.. நீ என்ன முடிவுக்கு வந்தாய்?"

"தாஸ்.. அந்தப் பெண் உண்மையிலேயே ஏதோ பிரச்சனையில் இருக்கிறாள். இல்லாவிட்டால் என்னுடைய புல்லட்டை செயலிழக்க வைக்க ஒருவன் முயற்சி செய்திருக்கமாட்டான்.."

"அப்புறம் உன் புல்லட்டை எப்படிக் கிளப்பினாய்..?" என்றான் ஜான்சுந்தர்.

"சிம்பிள். ∴பெட்ரோல் டியூபை வண்டியிலிருந்து பிடுங்கினேன். கொஞ்சம் தள்ளி எடுத்து போய் லைட்டரால் அதன் முனையை சூடு படுத்தினேன். பிளாஸ்டிக் டியூபின் வாய் அகன்றுகொண்டது. டியூபின் இன்னொரு பகுதியில் அதை நுழைப்பது சுலபமாகிவிட்டது. என்ன.. நீளம் கொஞ்சம் குறைந்தது. ஆனால், எந்தப் பிரச்சனையும் இல்லாமல் வண்டியை மெக்கானிக் ஷெட் வரை எடுத்துப் போனேன்"

"டியூபை பிடுங்காமல் அங்கேயே தீக்குச்சியை கொளுத்தியிருந்தால் புல்லட் தீக்குளித்திருக்கும்.." என்றார் ராம்தாஸ்.

"அப்புறம் மாலைவரை சுகிதா மறுபடி வீட்டைவிட்டு வெளியே வரவில்லை. உட்கார்ந்து உட்கார்ந்து என்னுடைய ரிப்ளெக்ஸ் தளர்ந்திருந்தது. நேற்றிரவு நான் சரியாகத் தூங்கவில்லை. வைஜயந்தியை அங்கே விட்டுவிட்டு நான் திரும்பிவிட்டேன்.."

"உனக்கு பதிலாக அங்கே ஜான் போகிறான்.."

ஆறாவது குச்சியில் ராம்தாஸின் பைப்பில் இருந்த புகையிலை முதல் புகையைவிட்டது.

"ஜானிடம் சொல்ல வேண்டிய விவரங்கள் எல்லாவற்றையும் சொல்லிவிட்டேன் தாஸ்.."

"குட்.. நீ போய் ரெஸ்ட் எடுத்துக்கொள். ஆனால், செல்ஃபோன் உன் காதருகில் இருக்கட்டும்"

"ஜான்.. ஆல் தி பெஸ்ட். இன்றிரவு நீதான் சுகிதாவை கவனிப்பாய் என்று அவளிடம் சொல்லிவிட்டேன். உன் போட்டோவைக் கூட அவளிடம் காட்டிவிட்டேன்.."

ஜான்சுந்தர் எப்பேர்ப்பட்ட சிக்கலில் மாட்டப்போகிறான் என்பதை அறியாமல், நரேந்திரன் கொட்டாவியைக் கஷ்டப்பட்டு அடக்கிக்கொண்டு, அந்த அறையைவிட்டு வெளிப்பட்டான்.

5

ஜான்சுந்தர் தன் காது மடலில் வந்து அமர்ந்த கொசுக்களை அறையாமல் தட்டிவிட்டான்.

பார்வை அந்த வீட்டிலேயே பதிந்திருந்தது. அவன் அங்கே வந்ததும் வைஜயந்தியை விடுவித்து அனுப்பினான். கிட்டத்தட்ட அரை மணிநேரமாக பைனாகுலர் வைத்து, ஜன்னலுக்கு பின்னே சுகிதாவின் அசைவுகளை கவனித்துக்கொண்டிருந்தான்.

சுகிதா, அணிந்திருந்த சுரிதாரை கழற்றிப் போட்டாள். கறுப்பாக உடம்பை ஒட்டிப்பிடிக்கும் லெதர் உடையை அணிந்துகொண்டாள். ஜான்சுந்தருக்கு ஆர்வம் அதிகமாயிற்று. கடிகாரத்தில் நேரம் பார்த்தான். இரவு பதினொன்று நாற்பத்தியிரண்டு.

சுகிதாவைத் தவிர அந்த வீட்டில் அப்பொழுது யாருமில்லை. அவள் வீட்டில் டெலிபோன் மணி அடிப்பது ஜான் நின்றிருந்த இடத்தில் சன்னமாகக் கேட்டது. போனை எடுத்துப் பேசிவிட்டு அவள் விளக்குகளை அணைத்தாள்.

உறங்கப் போகிறவளாக இருந்தால் அவள் நைட்டிக்குத்தான் மாறியிருப்பாள். வெளியில் புறப்படுவதற்குத் தயாராயிருக்க மாட்டாள். ஜான்சுந்தர் தன் புலன்களை கூர்மைப்படுத்திக்கொண்டு அவள் வீட்டின் ஒவ்வொரு ஒலிக் குறிப்பையும் கவனித்துக்கொண்டிருந்தான்.

பதினொன்று நாற்பத்தி ஆறுக்கு சுகிதா வீட்டைவிட்டு வெளிப்பட்டாள்.

வீட்டிற்குள் நடமாடிக்கொண்டிருந்தபோது பைனாக்குலர் வழியே வேவு பார்த்திருந்த ஜான்சுந்தருக்கு இப்பொழுது அவளிடம் பெரும் மாற்றம் இருப்பதை சுலபமாக உணர முடிந்தது.

கூந்தலை விரித்துவிட்டிருந்தாள். அணிந்திருந்த லெதர் உடையின் முன்புறம் ஆழமாக வெட்டப்பட்டிருந்தது. அதில்

இரண்டு மூன்று பாக்கெட்டுகள். காலில் அணிந்திருந்த அதே உடையும் முழங்காலுக்கு மேலேயே நின்று அவளுடைய மழமழப்பான கால்களைப் பளீரிட்டது. லெதர் உடையின் வலது புறம் இடுப்பருகே ஒரு சிறு உறை. அதன் வெளியே துருத்திக்கொண்டிருந்த கைப்பிடியைப் பார்த்ததும் அது ஒரு கூரான கத்தி என்று புலப்பட்டது.

ஜான்சுந்தர் மிக ஆர்வமானான்.

இருட்டில் நிறுத்தியிருந்த அவனுடைய மோட்டார் சைக்கிளில் ஆரோகணித்தான்.

சுகிதா தன்னுடைய ஸென்னுக்குள் நுழைந்தாள். கதவைச் சாத்தினாள். போர்டிகோவிலிருந்து அவள் ரிவர்ஸ் எடுத்த வேகத்தில் ஓர் அச்சுறுத்தல் இருந்தது. அங்கே இருக்கும் கான்க்ரீட் தூண மூட்டிவிட்டுதான் கார் நிற்கும் என்று நினைத்தபொழுது மிகக் கடைசி நொடியில் பிரேக் அழுத்தப்பட்டு காரின் சக்கரங்கள் நிறுத்தத்திற்குக் கதறின. கார் முழு நிறுத்தத்திற்கு வருமுன் கியர் மாற்றப்பட்டு கார் முன்னே சீறியது. அதே வேகத்தில் அதை வளைத்துத் திருப்பி கேட்டுக்கு வெளியே அவள் கொண்டுவந்த வேகம், மிகத் தேர்ந்தவர்களால் மட்டுமே சாத்தியம். வாட்ச்மேன் கேட்டை மூடும் முன் ஸென் இரண்டு தெருக்களைத் தாண்டி இருந்தது.

ஜான்சுந்தர் தன் புல்லட்டை உதைத்துக் கிளப்பினான். புல்லட்டின் பிரதான விளக்கைப் போட்டுக்கொண்டு சுமார் நூறு மீட்டர் இடைவெளிவிட்டு ஜான்சுந்தர் ஸென்னைப் பின்தொடர்ந்தான்.

காரின் வேகம் அவனை அச்சுறுத்தியது. இரவில் கடைசி பெக்கை ஊற்றிக்கொண்டு திடீரென்று ஒரு குடிமகன் தெருவைக் கடக்கக்கூடும். அப்படிக் கடந்தால் இதுவரை அனுபவித்திராத சொர்க்கத்தை அவனுக்குக் காட்ட சுகிதாவின் ஸென் தயாராயிருந்தது.

கார் சில பல திருப்பங்களுக்குப் பிறகு பழைய மகாபலிபுரம் சாலையில் திரும்பியது. நிதானமாக பயணப்பட்டுக்கொண்டிருந்த மாட்டு வண்டியாக இருந்தாலும் சரி, ∴புல் லோடுடன் போய்க்கொண்டிருந்த கன்டெய்னர் லாரியாக இருந்தாலும் சரி.. சுகிதாவின் கார் அவற்றை சட்சட்டென்று ஓவர்டேக் செய்தது. எதிரில் வந்த வாகனங்கள் மிரண்டு ஒதுங்கின.

ஒரு பெண்ணிற்கு இவ்வளவு ஆவேசமாக கார் ஓட்டத் தெரியுமா! ஜான்சுந்தர் வியந்தான்.

ஆனாலும், அவளைப் பார்வையிலிருந்து தவறவிடாமல் பின்தொடர்ந்தான்.

சுகிதாவின் கார் திடிரென்று வலதுபுற இன்டிகேட்டரை ஒளிர்ந்துகொண்டு எதிர்பாராத தருணத்தில் சரக்கென்று திரும்பியது. எதிரே வந்த ஒரு அம்பாஸிடர் க்ரீச்சென்று ஓரம் ஒதுங்கி தெருவோர மரத்தை உரசி நின்றது. அந்த டிரைவர் இறங்கி ஸென்னில் இருந்த டிரைவரின் பரம்பரைகளை வம்புக்கு இழுத்த நேரம் ஸென் காணாமல் போயிருந்தது.

ஜான்சுந்தர் அதே வலதுபுறம் திரும்பினான். தெருவிளக்குகள் மொத்தமாக வேலை நிறுத்தம் செய்திருந்தன. வேறு வழியின்றி ஜான் முன்விளக்கைப் போட்டான்.

தெரு நீண்டிருந்தது. போடப்பட்ட தார் சாலை அவ்வப்பொழுது குதறி எடுக்கப்பட்டு புழுதி பறந்தது. அந்த சாலையிலிருந்து பதினைந்தடிக்கு ஒருமுறை திரும்பும் கிளைச் சாலைகள். ஒன்று, இரண்டு, மூன்று, நான்கு, ஐந்து, ஆறு.. குறுகிய சந்துகள்.. இதில் அந்த ஸென் எங்கே நுழைந்தது? எங்கே ஒளிந்துகொண்டது?

ஜான்சுந்தருக்குப் புரியவில்லை. புல்லட்டின் விளக்கை அணைத்துவிட்டு நிதானமாக ஒவ்வொரு சந்தாக நுழைந்து வெளிப்படுவது என்று முடிவு செய்தான்.

முதல் சந்தில் அவன் நுழைந்தபோது, பளீர் என்று அவன் முகத்தில் வெளிச்சத்தை பீய்ச்சிக்கொண்டு எதிரே வந்த ஸென் தோட்டா போலப் பாய்ந்து வந்தது. அது வந்த வேகத்தில் ஜான்சுந்தரை முட்டி மோதி அந்தரத்தில் தூக்கிவிட்டுத்தான் விலகும் என்று தோன்றியது.

ஜான் வெகு அவசரமாக சாலையின் வலது புறம் ஒதுங்கி அங்கிருந்த ஒனிக்ஸ் குப்பைத் தொட்டியை கவிழ்த்துக்கொண்டு பிரேக் அடித்தான்.

ஸென் மறைந்திருந்தது.

ஜான்சுந்தர் தன்னை சபித்துக்கொண்டான்.

என்ன ஆயிற்று சுகிதாவுக்கு? ஏன் இப்படி விநோதமாக நடந்துகொள்கிறாள்?

மீண்டும், புல்லட்டை அவன் மிரட்டிக் கிளப்பினான். காருக்கும் மோட்டார் சைக்கிளுக்குமான இடைவெளியை குறைத்துவிடாமல் அவன் கவனமாய் இருந்தான்.

பிரதான சாலைக்கு அவன் வந்து சேர்ந்தபோது ஸென் கிட்டத்தட்ட ஒரு கிலோ மீட்டர் தூரத்தில் விலகியிருந்தது.

ஜான்சுந்தர் வேகத்தை அதிகரித்தான்.

எங்கிருந்தோ ஒரு குவாலீஸ் திடிரென்று விளக்கைப் போட்டுக்கொண்டு சாலையின் குறுக்கே வந்தது. அதன் நோக்கமும் ஜான்சுந்தரை மோதித் தூக்குவதாகவே தோன்றியது. இது என்ன ராட்சச கம்ப்யூட்டர் விளையாட்டா? ஆளளுக்கு என்னை ஏன் குறி வைக்கிறார்கள்?

ஜான்சுந்தர் வேகத்தைஅதிகரித்து குவாலீஸிலிருந்து நழுவித் தப்பித்து கன்டெய்னர் லாரியின் பக்கவாட்டில் புல்லட்டைக் கொண்டுபோனான். குவாலீஸால் அவனை நெருங்க முடியாத அந்த குறுகிய பாதையிலேயே மோட்டார் சைக்கிள் பயணத்தைத் தொடர வேண்டியிருந்தது.

நரேந்திரன் சொன்னது நிச்சயம்தான். சுகிதாவைத் தொடர்வதில் சில சிக்கல்கள் இருக்கின்றன.

ஜான்சுந்தர் அடுத்தடுத்த கண்டெய்னர் லாரிகளின் நிழலிலேயே ஒதுங்கிக்கொண்டு இடது கையை பைக்கிலிருந்து எடுத்து மிக சக்திவாய்ந்த சின்னஞ் சிறிய இரவு நேர பைனாக்குலரைப் பொருத்திப் பார்த்தான். ஸென் பல நூறு மீட்டர் முன்னேறியிருந்தது. திடிரென்று இடது புறம் இருந்த தொழிற்சாலையைத் தாண்டியதும் திரும்பியது.

ஜான்சுந்தர் அந்த சந்திப்பு வந்ததும் இடது புறம் திரும்பாமல் நேரே போனான். ஆனால், பார்வையை மட்டும் திருப்பினான். வெகு தூரத்தில் ஸென் நின்றிருந்தது.

புல்லட்டை ஓரமாக நிறுத்தி அதன் ரியர் வியூ மிররில் குவாலீஸ் தன்னைத் தொடர்கிறதா என்று பார்த்தான். இல்லை.

அவனைக் கடந்து போன கன்டெய்னர் லாரிகள் நிச்சயம் அவனைத் தொடர்வதற்காக ஏற்பாடு செய்யப்பட்டிருக்காது.

ஜான்சுந்தர் மோட்டார் சைக்கிளை அங்கேயே ஓரமாக நிறுத்திவிட்டு இறங்கினான். துப்பாக்கியைத் தயாராக வைத்துக்கொண்டு அந்த தெருவில் நுழைந்தான்.

எந்தக் கணமும் ஸென் மீண்டும் சீறிப் புறப்பட்டு அவனை நோக்கிப் பாயக் கூடும் என்று தயார் நிலையிலேயே இருந்தான்.

அந்தப் பிரதேசம் எல்லோராலும் கைவிடப்பட்ட நிலையில் இருந்தது. இரண்டு பக்கமும் சிறிய தொழிற்சாலைகள். சற்று தூரம் உள்ளடங்கியதும் சாலை முடிந்து செம்மண் மேடு. அந்த மேட்டையும் தாண்டிய பிறகு இருளில் அடர்ந்திருந்த ஓர் ஆலமரம்.

சுகிதாவின் ஸென் அந்த ஆலமரத்தின் அடியில்தான் நின்றிருந்தது.

ஜான்சுந்தர் நிழலில் ஒவ்வொரு அடியாக நகர்ந்து அந்த காரை நோக்கி முன்னேறினான். மிகச் சன்னமாக மூன்று நான்கு சிரிப்பொலிகள் அவன் செவிகளை எட்டின. காரை நெருங்க நெருங்க அந்த சிரிப்பொலியின் டெஸிபல் அதிகமானது.

சிரிப்பொலிகள் காரிலிருந்து வரவில்லை. காரிலிருந்து சற்று ஒதுக்குப்புறமாக இருந்த இன்னொரு இருள் பகுதியிலிருந்துதான் வருகிறது என்பதை ஜான்சுந்தர் உணர்ந்தான்.

கட்டப்பட்டு ஐந்தடி வரை உயர்ந்ததும் அப்படியே நிராகரிக்கப்பட்டுவிட்டது போல் ஒரு பாழ் கட்டிடம். இருள் அடர்ந்த அந்தக் கட்டிடத்தின் சுற்றுப்புறத்தில் இடுப்புயரத்துக்கு கோரைப் புற்கள்.. முள் செடிகள்.. பெயர் தெரியாத பூக்களை சுமந்துகொண்டு காட்டுச் செடிகள்.

அந்தப் புதரெல்லாம் மிதிக்கப்பட்டு ஒரு குறுகலான ஒற்றையடிப் பாதை. ஜான்சுந்தர் அந்த ஒற்றையடிப் பாதையைத் தவிர்த்தான். அதை ஒட்டியிருந்த புதர்களின் பின்னால் நுழைந்தான்.

ஒரு செடியோ, கொடியோ அசைந்து விடாமல் ஒவ்வொரு அடியாக முன்னேறினான். சிரிப்பொலி அதிகரித்துக்கொண்டே வந்தது. காற்றில் பரவியிருந்த வாசம் சற்று கனத்தது. ஜான்சுந்தருக்கு உடனே புரிந்து போனது.

இது கஞ்சாவின் வாசம். இருளான அந்த ஒதுக்குப்புறத்தில் போதை மருந்துகள் பரிமாற்றம் செய்யப்பட்டால் ஆச்சரியம் இல்லை.

ஜான்சுந்தர் தன் துப்பாக்கியைத் தயாராக வைத்துக்கொண்டு அந்த சிரிப்பொலி வந்த திசையை நோக்கிக் கொஞ்சம் கொஞ்சமாக நகர்ந்தான்.

புதரின் விளிம்பு வரை வந்த பின், இருட்டில் நெருக்கமான அந்தச் செடிகளை விலக்கி பார்வையை மட்டும் வெளியே அனுப்பினான். பாதியில் நின்று போயிருந்த சுவரை ஒட்டி அவர்கள் அமர்ந்திருந்தார்கள்.

நான்கு பேர். நால்வரும் நிழலாய்த்தான் தெரிந்தார்கள். அவர்களில் ஜான்சுந்தருக்கு முதுகுகாட்டி அமர்ந்திருந்தவனின் வாயில் பொருத்தியிருந்த சிகரெட் உறிஞ்சப்பட்ட பொழுது அதன் சுடர்முனை சிவப்பதை இருளில் கவனிக்க முடிந்தது. அவன் ஒரு இழுப்பு இழுத்துவிட்டு, அடுத்த ஆள், அவனும் இழுத்து பின் அதற்கடுத்த ஆள் என்று அந்த சிகரெட் நான்கு பேருக்கும் மத்தியில் சுற்றுலா வந்தது.

ஒரு விஷயம் தெளிவாகப் புரிந்தது. அந்த நான்குபேரில் சுகிதா இல்லை.. அப்படியானால் அவள் எங்கே?

காரிலும் இல்லை, இங்கும் இல்லை.. வேறு எங்கே என்று ஜான் யோசித்துக்கொண்டிருக்கும்பொழுதே காற்றில் விஸ்க் என்ற சத்தம்.

ஜான்சுந்தர் மிக உஷாராகி சட்டென உட்கார்ந்தான். அவன் கழுத்தை நோக்கி வீசப்பட்ட ஒரு இரும்புத்தடி காற்றில் வட்டமிட்டது. அவனை அடிப்பதற்காக முயற்சி செய்தவன் அந்த வீச்சு வீண் ஆனதில் நிலை தடுமாறி சற்று முன்னே காலை வைக்க, ஜான்சுந்தர் முழுவேகத்துடன் அந்த ஆளின் சட்டையைப் பற்றிக் கீழே இழுத்தான்.

இருட்டில் அந்த ஆளின் முகம் தெளிவாகத் தெரியவில்லை. ஆனால், அவனுடைய வேகம் அபாராமாக இருந்தது. இழுக்கப்பட்ட வேகத்தில் அவன் ஜான்சுந்தரின் மார்பை நோக்கி முழங்காலை மடக்கினான். அது தன்னை வந்து மோதினால் நெஞ்சுக் கூட்டில் இருக்கும் அத்தனைக் காற்றும் வெளியேறிவிடும் என்று ஜான்சுந்தர் உணர்ந்தான்.

மிகக் கடைசி நொடியில் ஜான் தன்னிடம் இருந்த துப்பாக்கியைத் திருப்பிப் பிடித்து காற்றில் வீசினான். துப்பாக்கி எதிரியின் முகம் அல்லது தாடையில் சுரீர் என்று தாக்க அந்த திடீர் வலியில் அவன் நிலைமாறி சற்றே கோணத்தை மாற்றிக்கொள்ள, அந்த அவகாசம் ஜான்சுந்தருக்குப் போதுமானதாக இருந்தது.

மேற்கொண்டு அவன் சப்தம் எழுப்ப முடியாதபடி ஜான்சுந்தர் அவன் கழுத்தின் பக்கவாட்டில் துப்பாக்கியின் பின் பக்கத்தை செலுத்தினான். கழுத்து எலும்பு நிச்சயமாக அடிபட்டிருக்கும்.

எதிரி நிலைகுலைந்து கீழே விழுந்தபொழுது வேகமாக விழுந்து விடாதபடி அவன் தோளைப் பற்றி ஜான் தழைத்தான். அந்த முன்னெச்சரிக்கையை ஜான்சுந்தர் எடுத்துக்கொண்ட போதும், புதரும், செடிகொடிகளும் அசைந்தன. அந்த சப்தமே போதுமாயிருந்தது.

சுவரருகே அமர்ந்திருந்த நான்கு பேரும் விருட்டென்று எழுந்தார்கள். சடுதியில் அந்த பிரதேசம் வெளிச்சமயமானது.

நான்கு பேரின் டார்ச்லைட்களும் ஜான்சுந்தரின் கண்களை கூசச் செய்தன. தரையில் விழுந்தவன் எங்கிருந்துதான் அத்தனை சக்தி பெற்றானோ தெரியவில்லை. ஜான்சுந்தரின் கால்களை பிடித்து முழுவேகத்துடன் இழுத்தான்.

அதே நேரத்தில் அவனிடமிருந்த சிறிய இரும்பு பிரம்பு சுழன்று வந்த ஜான்சுந்தரின் துப்பாக்கியை அடித்தது. துப்பாக்கி எகிறி விழுந்தது.

ஜான்சுந்தர் மல்லாந்து விழுந்த வேகத்திலேயே துள்ளி எழுந்து, காலை எதிரியின் மூக்கில் செலுத்தினான்.

இந்த முறை எதிரி எட்டி உதைக்கப்பட்ட பந்து போல பின்னால் போய்ப் புதரில் மல்லாந்தான்.

"டேய்.. நிறுத்துடா.." என்று நால்வரில் ஒருவனிடமிருந்து குரல் பாய்ந்து வந்தது.

ஜான்சுந்தர் தரையில் பாய்ந்தான். தன் துப்பாக்கியை கைப்பற்றினான். அதை எடுக்கும் முன் அவன் புறங்கையை பூட்ஸ் அணிந்த ஒரு கால் மிதித்தது.

"விளையாட்டு முடிந்தது.." என்று குரல் வந்தது.

ஜான்சுந்தர் திடுக்கிட்டுத் திரும்பினான்.

அவன் கையை மிதித்து அங்கே நின்றிருந்தவள் சுகிதா. பக்கத்தில் நின்றவனின் டார்ச்சை வாங்கினாள். திருப்பிப் பிடித்து ஜான்சுந்தரின் முகத்தில் வீசினாள்.

ஜன்சுந்தர் தன் கோணத்தை மாற்றிக்கொண்டதில் அந்த வீச்சின் பெரும் பகுதியைத் தவிர்த்தான்.

சுகிதாவின் காலுக்கடியிலிருந்து கையை உருவி இழுத்துக்கொண்டான்.

அவள் தன் பூட்ஸ் முனையால் ஜான்சுந்தரின் முகவாயைத் தட்டினாள்.

"எழுந்திரு நாயே.." என்றாள்.

அவளுடைய குரலே மாறுபட்டிருந்தது. ஜான்சுந்தர் நினைத்திருந்தால் அவளைத் தாக்கிக் கீழே விழத்தியிருக்க முடியும். ஆனால், அவன் செய்ய விரும்பவில்லை.

சட்டென்று அவளைப் பின்னால் தள்ளிவிட்டு இருட்டுப் புதருக்குள் பாய்ந்துவிட்டான்.

"பிடியுங்கள்.. அவனைப் பிடியுங்கள்.." சுகிதாவின் குரல் ஓங்கி ஒலித்தது.

நால்வரும் தத்தம் டார்ச்சுகளின் வெளிச்சத்தைப் பீய்ச்சிக்கொண்டு புதரைக் கலைத்துக் கலைத்துத் தேட ஆரம்பித்தார்கள்.

இடுப்புயரப் புதருக்குள் இருட்டில் ஆளைத் தேடுவது என்பது மற்ற நேரத்தில் சுலபமாக இருக்கலாம். ஆனால் ஒளிந்துகொண்டிருப்பவன் ஈகிள்ஸ் ஐயின் ஜான்சுந்தர்.

ஜான் புதர்களைக் கலைக்காமல் விலக்கி விலக்கி ஒரு தேர்ந்த பாம்பு போல ஊர்ந்து புதரின் இன்னொரு விளம்பிற்கு வந்திருந்தான். அங்கிருந்து அவன் வெளிப்பட்டு சரேலென்று எழுந்திருந்தபோது, அவனைத் தேடி அவர்கள் நான்கு பேரும் நேர் எதிர் திசையில் போய்க்கொண்டிருப்பதை கவனித்தான்.

சுகிதா மட்டும் அவர்களைப் பின்தொடராமல் இன்னொருபுறம் வேகமாக நகர்ந்துகொண்டிருந்தாள்.

ஜான்சுந்தரின் மண்டைக்குள் அடிபட்டதின் ரீங்காரம் கிஸ்க் கிஸ்க் என்று எதிரொலித்தது.

ஆனால், சுகிதாவைப் பார்வையிலிருந்து தவறவிட விரும்பாமல் அவன் சரசரவென்று ரப்பர் ஷூக் கால்களுடன் ஓடினான்.

6

வானத்தில் மேகங்களுக்குப் பின்னால் நிலா ஒளிந்திருந்தது.

அந்தப் பிரதேசத்தில் இருட்டை அழுத்திக்கொண்டு இருட்டு.

ஜான்சுந்தர் ஒலியெழுப்பாமல் கவனமாக நடந்தான். அவனுக்குப் பத்தடி முன்னால் சுகிதா சரசரவென்று சாரைப் பாம்பு போல வேகமாக நடந்தாள். அவளைத் தன் பார்வையிலிருந்து விட்டுவிடக் கூடாதென்கிற கவனத்துடன் ஜான்சுந்தர் தொடர்ந்தான்.

பாழடைந்து நின்றிருந்த அந்த ஒட்டைக் கட்டிடத்தின் நிழலுக்கு சுகிதா போய்ச் சேர்ந்ததும், ஜான்சுந்தர் புதர்களுக்குப் பின்னே ஒதுங்கி நின்று அவளைக் கவனித்தான்.

சுகிதா குனிந்து அமர்ந்தாள். அவள் கையில் இருந்த டார்ச் வெளிச்சம் அந்தக் குட்டைச் சுவர்களுக்கு உள்புறம் வெளிச்சமிட்டது. தரையில் அமர்ந்தவள், அங்கே சில கற்களை இடம்பெயர்த்தாள்.

ஜான்சுந்தரால் முழுவதும் பார்க்க முடியவிட்டாலும் அந்த இடம் ஒரு சிறு பள்ளமாக இருக்க வேண்டுமென்று ஊகிக்க முடிந்தது. அந்தப் பள்ளத்தை மூடி செங்கற்கள் அடுக்கியிருந்ததும் அந்தக் கற்களை எடுத்ததும் அது ஒரு திறந்தவெளிப் பள்ளமாக அமைந்ததும் அவனால் புதர்களுக்குப் பின்னிருந்தே ஊகம் செய்ய முடிந்தது.

சுகிதா அந்தப் பள்ளத்திலிருந்து பால் பாக்கெட்டைப் போன்ற ஒரு கவரை எடுத்தாள். தன்னுடைய கருப்பு உடையின் ஒரு ஜிப்பைத் திறந்து அதற்குள் கவரை வைத்து ஜிப்பை மூடினாள்.

ஜான்சுந்தருக்குப் புரிந்தது. அது பால் பாக்கெட் அல்ல. மிக விலை உயர்ந்த போதை மருந்து. எந்தக் கூச்சமும் இல்லாமல் சுகிதா அந்தப் போதை மருந்தை எடுத்து தன்னுடைய பாக்கெட்டில்

வைத்துக்கொண்டதைப் பார்த்தபொழுது வெகுநாட்களாக அவளுக்கு அந்தப் பழக்கமிருக்கும் என்று தோன்றியது.

அவள் அடுத்து என்ன செய்கிறாள் என்று பார்ப்பதற்காக ஜான்சுந்தர் சற்றே நகர்ந்தபொழுது அவனுடைய தோளில் ஒரு கை விழுந்தது.

எவ்வளவோ கவனமாக இருந்தும் எந்த ஒலியும் எழுப்பாமல் பின்னாலிருந்து ஒருவன் தன்னை நெருங்கியிருப்பான் என்று ஜான்சுந்தர் சற்றும் எதிர்பார்க்கவில்லை.

அதிர்ந்து சட்டென்று அவன் திரும்பும் முன் அவன் முகத்தில் ஒரு முஷ்டி வெடித்தது. ஜான்சுந்தர் எறியப்பட்டான்.

எறியப்பட்ட வேகத்தில் புதர்களைக் கலைத்துக்கொண்டு தரையில் விழுந்தான். இந்த ஒலி கேட்டு சுகிதா உஷாரானாள். விருட்டென்று எழுந்து தன்னுடைய துப்பாக்கியை உயர்த்திப் பிடித்தபடி தடதடவென்று ஓடிவந்தாள்.

ஏதோ ஆங்கிலப் படத்தின் கதாநாயகியைப் போல் துப்பாக்கியும் கையுமாக அவள் அலைவது ஜான்சுந்தருக்கு அந்த நேரத்திலும் வேடிக்கையாக இருந்தது.

தன்னைத் தாக்கியவனை நிலா வெளிச்சத்தில் அவனால் தெளிவாகப் பார்க்க முடிந்தது.

ஏற்கெனவே அங்கே அமர்ந்திருந்த நான்கைந்து பேர்களில் ஒருவனாக அவன் இல்லை. புதிதாக எங்கிருந்தோ வந்து சேர்ந்திருந்தான்.

ஜான்சுந்தர் துள்ளி எழுவதற்கு முன் அவன் தன் ஷூக்காலை ஜான்சுந்தரின் முகவாயில் வேகமாகச் செலுத்தினான். ஜான்சுந்தருடைய தாடைக்குள் பற்கள் ஒன்றுடன் ஒன்று மோதின. அதீத வலி உச்சி மண்டை வரை பாய்ந்தது.

சுகிதா கிட்டத்தட்ட சிறுத்தைபோல ஓடி வந்தாள். ஓடி வந்த வேகத்தில் சற்றும் யோசிக்காமல் துப்பாக்கியை உபயோகித்தாள்.

'டிஷ்யூம்' என்று அத்தனை அமைதியையும் கெடுத்துக்கொண்டு தோட்டா வெடித்தது.

ஜான்சுந்தரின் ஜெர்க்கினுள் துளைபோட்டு தோட்டா பூமிக்குள் நுழைந்தது.

ஜான்சுந்தர் அப்படியே புரண்டு, நகர்ந்து மீண்டும் புதருக்குள் காணாமல் போனான்.

"பிடி.. பிடி.. அவனை.." என்று சுகிதா கத்தினாள்.

புதிதாக வந்தவன் ஜான்சுந்தரின் கால்கள் புதருக்குள் முழுவதும் நுழைவதற்கு முன்பு, கடைசி நொடியில் பார்த்து அவன் காலைப் பிடித்து இழுத்தான்.

ஜான்சுந்தர் அந்தக் காலை அப்படியே வளைத்து எதிரியின் தாடையில் தாக்கி இடுப்பில் வெட்டு ஒன்றைக் கொடுத்தான்.

அந்த ஆள் தலைக்குப்புற விழுந்தான். அவனுடைய முஷ்டி மீண்டும் ஜான்சுந்தரை நோக்கி பாய்ந்து வந்தபொழுது ஜான்சுந்தர் அந்தக் கைகளை அப்படியே அழுத்திப் பிடித்தான். அப்படியே பிடித்ததில் ஜான்சுந்தரின் உள்ளங்கை எரிந்தது. உலோகப் பொருள் எதையோ கைப்பற்றியதை உணர்ந்தான் அவன்.

ஜான் உடனடியாக அந்த உலோகத்தைப் பற்றி இழுத்தான்.

அது எதிரியின் கையில் அணியப்பட்டிருந்த ஒரு ஆபரணமாக இருக்க வேண்டும். மிகுந்த வலியுடன் அது துண்டிக்கப்பட்டு ஜான்சுந்தரின் கையோடு வந்தது. எதிரி அவனை மீண்டும் வயிற்றில் எட்டி உதைத்தான்.

ஜான்சுந்தர் துள்ளி எழுந்து புதருக்குள் முற்றிலுமாக மறைந்து போனான்.

சுகிதா தன் துப்பாக்கியை மீண்டும் பிரயோகிக்கப் பார்த்தபோது புதிதாக வந்தவன் அவளுடைய கைகளைப் பிடித்து திருப்பினான்.

"சுடாதே முட்டாள்.." என்றான்.

அப்படிச் சொன்னதும் சுகிதா சற்றும் யோசிக்காமல் புதிதாக வந்தவனின் முகத்தில் துப்பாக்கியைத் திருப்பி அடித்தாள்.

அவன் தடக்கென்று கீழே விழுந்தான். சுகிதா அங்கிருந்து தடதடவென்று ஓடி தன் காரை அடைந்தாள்.

கதவைத் திறந்து இருக்கையில் பாய்ந்தாள். சடுதியில் அந்த கார் கிளம்பியது.

ஜான்சுந்தர் புதருக்குப் பின்னாலிருந்து எழுந்தபொழுது அவன் உடலின் ஒவ்வொரு அங்குலமும் வலியால் தவித்தது. இருந்தாலும் சுகிதாவை விட்டுவிடக் கூடாது என்ற கவனத்துடன் அவன் தன் மோட்டார் சைக்கிளை நோக்கி வேகமாக ஓடினான்.

ஒவ்வொரு அடிக்கும் உச்சி மண்டை வரை 'கிணிர்' 'கிணிர்' என்று வலி ஊடுருவியது.

மோட்டார் சைக்கிளில் ஆரோகணித்து அவன் தயாராகும்போது காரின் சிகப்பு விளக்குகள் காணாமல் போயிருந்தன.

ஜான்சுந்தர் அங்கிருந்த மோட்டார் சைக்கிளை வேகமாகக் கிளப்பிக்கொண்டு பிரதானத் தெருவுக்குள் வந்தான்.

இரண்டு திக்கிலும், கண்ணுக்கு எட்டிய தூரம் வரை சுகிதாவின் கார் தென்படவே இல்லை.

"சே..!"

அவனுள் ஒரு பெரிய ஏமாற்றம் தாக்கியது.

அதே சமயம் அவனுடைய காதோரமும் பற்களுக்கிடையிலும் ரத்தம் கசிந்து வழிந்துகொண்டிருந்தது. மணிக்கட்டிலும் காயம், முழங்காலிலும் காயம். ஜான்சுந்தர் தன்னுடைய சக்தி நிறைய இழக்கப்பட்டதை உணர்ந்தான்.

செல்∴போன் எடுத்து எண்களைத் தட்டினான்.

7

ஜான்சுந்தர் களைத்திருந்தான்.

தன்னுடைய மோட்டார் சைக்கிளை சுகிதாவின் வீட்டுக்கு எதிரில் இருந்த நிழலில் மறுபடியும் கொண்டுவந்து அவன் நிறுத்தியபொழுது அவனுடைய உடல் மிகவும் தளர்ந்திருந்தது.

வண்டியிலேயே முழங்கையை ஊன்றி அப்படியே சாய்ந்துகொண்டு சுகிதாவின் வீட்டைக் கண்காணித்தான்.

அவளுடைய கார் இன்னும் திரும்பி வந்து சேரவில்லை. தெருமுனையில் அவன் கவனம் பதித்திருந்தபொழுது இரண்டு வெளிச்சப் பொட்டுகள் திரும்புவதை கவனித்தான்.

அந்த வெளிச்சங்களை உடனே அவனுக்கு அடையாளம் தெரிந்தது.

ஈகிள்ஸ் ஐயின் கார்..

நரேந்திரன் தன்னுடைய ஸென் காரை ஜான்சுந்தரின் அருகில் கொண்டுவந்து நிறுத்தினான்.

நரேந்திரனுக்கு அருகில் வைஜயந்தி அமர்ந்திருந்தாள். அவள் டிரைவர் இருக்கைக்கு மாறினாள். நரேந்திரன் காரிலிருந்து வெளிப்பட்டான்.

"ஜான் நீ போ.. போய் ரெஸ்ட் எடு.." என்றான்.

"ஸாரி நரேன்.. நான் எவ்வளவோ கவனமாக இருந்தேன். ஆனால், அவள் தனியாக இல்லை.. ஒரு கூட்டமாக என்னைத் தாக்கினார்கள்.."

"புரிகிறது ஜான்.. நீ சொன்னபடி பால்ராஜிற்கும் தகவல் கொடுத்துவிட்டேன். இந்நேரம் போதை மருந்து பரிமாறப்படும் அந்த பாழடைந்த இடம் சுற்றி வளைக்கப்பட்டிருக்கும். அங்கு யாராவது கிடந்தால் அவர்களும் பிடிபட்டிருப்பார்கள்.."

"ஸாரி நரேன். நீ தூங்க வேண்டுமென்று கேட்டாய்.. இன்றிரவு நானே பார்த்துக்கொள்வதாக சொல்லியிருந்தேன்.. ஆனால்.."

"என்ன ஜான்.. நமக்குள் இந்த ∴பார்மாலிட்டி எல்லாம் தேவையா..? போ.. நான் இரண்டு மணி நேரம் தூங்கியதிலேயே இருபத்தி நான்கு மணி நேர சக்தியைப் பெற்றுவிட்டேன். எனக்காக யோசிக்காதே.. போ.."

"வா ஜான், நரேன் சொல்வதைக் கேள்.."

"வைஜ்.. இவனை நேரே நர்சிங் ஹோமிற்கு அழைத்துப் போ.."

ஜான்சுந்தரை கட்டாயப்படுத்தி ஸென்னிற்குள் நுழைத்தான் நரேந்திரன்.

அவனிடமிருந்து பைனாகுலரை வாங்கிக்கொண்டு, நிழலில் பதுங்கினான்.

வைஜயந்தியின் கார் விலகிப் போனதும், அந்தத் தெரு மறுபடியும் மயான அமைதிக்குத் திரும்பியது.

நரேந்திரன் மோட்டார் சைக்கிளின் பின்னால் மண்டியிட்டு அமர்ந்து சுகிதாவின் வீட்டை கவனிக்கலானான்.

அவனுக்குள் அளவிட முடியாத ஆத்திரம் குமுறிக்கொண்டிருந்தது. ஜான்சுந்தரை இந்த அளவிற்கு தாக்கியவர்கள் அவன் கைகளில் கிடைத்தால் நிச்சயம் அவர்களுக்குப் பாடம் கற்பிப்பான்.

கிட்டத்தட்ட இரண்டு மணி நேரம் கழித்துதான் சுகிதாவின் கார் அந்தத் தெருவிற்குள் நுழைந்தது.

சுகிதா நரேந்திரனை கடந்து போனபோது அவளுடைய பார்வை அவனை கவனித்ததாகவே தெரியவில்லை.

கேட் திறக்கப்பட்டு சுகிதா அவளுடைய காரை மிக அற்புதமாகத் திருப்பி போர்டிகோவில் நிறுத்தும் வரை நரேந்திரனால் பார்க்க முடிந்தது.

முந்தின நாள் அவள், அவனோடு வந்தபோது காரை ஓட்டுவது என்றாலே இன்னும் தயக்கமாக இருக்கிறது தைரியம் வரவில்லை என்று சொன்னாளே.. அந்த சுகிதாவா இது?

சுகிதா காரிலிருந்து இறங்கினாள். கருப்பு உடை அவளை இறுக்கிப் பிடித்திருந்தது.

அவளுடைய பார்வையில் இனம் காண முடியாத ஒரு தொலைவு இருந்தது. அவள் வீட்டிற்குள் சென்று மறையும் வரை நரேந்திரன் பார்த்துக்கொண்டிருந்தான்.

மண்டியிட்டு அமர்ந்திருந்ததில் முழங்கால்கள் வலித்தன. செல்போன் சிணுங்கியது.

நரேந்திரன் எடுத்தான். மறுமுனையில் பால்ராஜ்.

"ஹலோ.. இன்ஸ்பெக்டர்.." என்றான்.

"நரேன்.. ஜான் கொடுத்த விவரங்களை வைத்துக்கொண்டு அந்த இடத்தை சுற்றி வளைத்துவிட்டோம். அந்த பாழடைந்த மண்டபத்தில் போதை மருந்து போக்குவரத்து இருப்பதற்கான அடையாளங்கள் கிடைத்தன. கிட்டத்தட்ட ஒரு கிலோவுக்கு மேல் அபின் கிடைத்தது. ஆனால், ஆட்கள் யாரும் சிக்கவில்லை. அங்கு அடிதடி நடந்ததற்கான அடையாளமாக அங்கங்கே ரத்தக் கறைகள்.. வேறு ஏதாவது விவரங்களோ, ஆதாரங்களோ இருந்தால் போலீசிடம் உடனே ஒப்படைத்துவிடுவது நல்லது.."

"பால்ராஜ்.. ஜான் தான் பார்த்ததை உடனே உங்களிடம் சொல்லிவிட்டான். ஆதாரங்கள் ஏதாவது இருந்தால் உடனே உங்கள் மேஜைக்கு வந்துவிடும்.."

"நரேன்.. ஜான்சுந்தர் சென்னையைவிட்டு ஒதுக்குப்புறமாக அவ்வளவு தூரம் எதற்குப் போனான்?"

"என்ன பால்ராஜ்.. இவ்வளவு வருஷங்கள் கழித்து அடிமடியிலேயே கை வைக்கிறீர்கள்? ஈகிள்ஸ் ஜயின் பாலிஸியே, அதன் வாடிக்கையாளர்களின் எந்த விவரமும் வெளியில் சொல்லக்கூடாது என்பதுதான். ஒரே ஒரு விவரம்தான் தர முடியும். ஒரு க்ளையண்டை பாதுகாப்பதற்காக ஜான்சுந்தர் போயிருந்தான். போன இடத்தில் அவன் பார்த்த காட்சிகளை உங்களோடு பகிர்ந்துகொள்ள வேண்டுமென்று தோன்றியது. பகிர்ந்துகொண்டான். தட்ஸ் ஆல்.." என்றான்.

"உங்களையெல்லாம் திருத்தவே முடியாது.."

பால்ராஜ் கோபமாகவும், கூர்மையாகவும் சொல்லிவிட்டு மறுமுனையில் டெலி∴போன் தொடர்பைத் துண்டித்தார்.

இரவு மணி இரண்டை நெருங்கிக்கொண்டிருந்த நேரம், அவனுடைய செல்∴போன் மீண்டும் சிணுங்கியது.

ஒலி எழுப்பாமல் கைகளில் அதிர்வுகளை ஏற்படுத்தியதும் நரேந்திரன் எங்கிருந்து ∴போன் என்பதை செல்∴போனில் கவனித்தான்.

சுகிதாவின் வீட்டிலிருந்துதான்.

"நரேன்.." சுகிதாவின் குரல் மறுமனையில் நடுக்கத்துடன் ஒலித்தது.

"நரேன், எங்கிருக்கிறீர்கள்?"

"ஏன் சுகிதா?"

"நரேன், எனக்கு மிகவும் பயமாக இருக்கிறது?"

"என்ன ஆயிற்று சுகிதா?"

"தெரியவில்லை நரேன்.. தூக்கத்திலிருந்து எழுந்திருந்து பார்க்கிறேன்.. என்னுடைய சொந்த உடைகள் இல்லாமல் வேறு ஏதோ கறுப்பு உடைகளை அணிந்திருக்கிறேன் நரேன். என்னுடைய பாண்ட் பாக்கெட்டில் தடிமனான ஏதோ பொட்டலம். அதில் வெள்ளையாக ஏதோ பவுடர் வேறு.. எனக்கு ரொம்ப பயமாக இருக்கிறது நரேன்.. நீங்கள் உடனே வீட்டிற்கு வர முடியுமா?"

"இந்த நேரத்திலா?"

"ஆம் நரேன் ப்ளீஸ்.."

"இப்பொழுது வாட்ச்மேன் என்னை உள்ளே விடுவானா?"

"நீங்கள் எங்கேயிருக்கிறீர்கள்?"

"உன் வீட்டிற்கு நேர் எதிரே.."

"நரேன், நான் இப்பொழுது கேட் வரை வருகிறேன். வாட்ச்மேனிடம் சொல்கிறேன். ப்ளீஸ் கம் இன்.."

தொடர்பைத் துண்டித்த சில நொடிகளில் சுகிதா தன் வீட்டு கேட் அருகே வந்து நின்றாள். காரை ஓட்டி வந்தபோது அவள் அணிந்திருந்த கருப்புநிற உடையில் அவள் இல்லை. ஓர் உயர் ரக நைட்டியை அணிந்திருந்தாள். அது அவள் உடலோடு ஒட்டி உறவாடிக்கொண்டிருந்தது.

சுகிதா நரேந்திரனை அழைத்துக்கொண்டு வீட்டிற்குள் நுழைந்தாள். அவள் கழற்றிப் போட்டிருந்த கருப்பு நிற லெதர் உடைகளை நரேந்திரனின் முன்னால் போட்டாள்.

"இந்த உடைகளை நான் வாங்கியதேயில்லை நரேன். இவை எங்கிருந்து வந்தன? எப்படி என் உடலில் அணிவிக்கப்பட்டன என்பதே புரியவில்லை, நரேன்.. யூ நோ ஸம்திங்.. என்னுடைய சுவாசத்தில் சிகரெட் வாசம் இருக்கிறது நரேன். நான் தம் அடித்திருக்கிறேன். அதுவும் எனக்கே தெரியாமல் நரேன்.. என்ன நடக்கிறது எனக்கு?"

"ஜான்சுந்தரைப் பார்த்த ஞாபகம் இருக்கிறதா சுகிதா?"

"ஜானா! இல்லையே.. ஜான்சுந்தர்தான் என்னைப் பின்தொடர்ந்து வருவார், கண்காணிப்பார் என்று நீங்கள் சொன்னீர்களே? அவர் எங்கே வந்தார்? இப்பொழுது ∴போன் செய்தால் கூட உங்களிடமிருந்துதானே பதில் கிடைக்கிறது?"

"காரில் எங்கே போனாய் என்றாவது நினைவிருக்கிறதா, சுகிதா?"

"காரிலா, நானா? எட்டு மணிக்கப்புறம் நான் எங்கேயும் வெளியே போகவில்லையே நரேன்.."

"என்ன உளறுகிறாய்?"

"ஆம் நரேன். சற்று நேரம் டி.வி. பார்த்துக்கொண்டிருந்தேன். பதினொரு மணி இருக்கும்.. படுக்கப் போய்விட்டேன். அதற்கப்புறம் இப்பொழுதுதான் ஏதோ கெட்ட கனவு வந்து திடுக்கிட்டு எழுந்தேன். பார்த்தால் கருப்பாக என் உடலைக் கவ்விக்கொண்டு இந்த உடை. அதனால்தான் பயந்துபோய் உங்களுக்கு ∴போன் செய்தேன்.."

"நீ எங்கே போனாய் என்று நிஜமாகவே உனக்கு நினைவில்லையா, சுகிதா?"

"ஐயோ, சத்தியமாக எனக்கு ஒன்றும் நினைவில் இல்லை.. ஜான் என்னைத் தொடர்ந்து வந்தாரா? என்ன சொன்னார்? நான் எங்கே போனேனாம்? யார் யாரைப் பார்த்தேனாம்? என்ன செய்தேனாம்? இந்த உடைகளை எனக்கு யார் மாட்டிவிட்டார்களாம்?"

சுகிதா பேசப் பேச அவள் உதடுகள் நடுங்கின. கண்களின் ஓரத்தில் கண்ணீர்த் துளிகள்.. அவள் நடிக்கிறாள் என்று நரேந்திரனுக்குத் தோன்றவில்லை.

"ஜானை சந்திக்க விரும்புகிறாயா?"

"அ∴ப்கோர்ஸ்.." என்றாள் சுகிதா.

8

நர்சிங் ஹோம்.

அந்தப் பிரத்யேக அறையில் ஜான்சுந்தர், வலி நிவாரணி செலுத்தப்பட்டு ஆழ்ந்த உறக்கத்தில் இருந்தான்.

காரிடாரில் நரேந்திரனைப் பார்த்ததும், அனிதா ஓடிவந்து அவன் மார்பில் குத்தினாள்.

"உனக்கு பதிலாக ஜான் போய் அத்தனை அடிகளையும் வாங்கி வந்திருக்கிறான்.." என்று சொல்கையில் அவள் கண்களில் கண்ணீர் பெருகியது.

அனிதாவை அப்படியே அணைத்து முதுகில் ஆதரவாகத் தட்டிக்கொடுத்தான், நரேந்திரன்.

"சுகிதா, இது அனிதா.. ஈகிள்ஸ் ஜயின் இன்னொரு ஆதாரம்.. ஜானின் ஹனி.. அனிதா, இது சுகிதா.."

அனிதா சுகிதாவைப் படுகோபமாகப் பார்த்தாள்.

"நரேந்திரன் பேரில் தப்பு இல்லை. என்னைப் பின்தொடர்ந்து வந்துதான் ஜான்சுந்தர் காயப்பட்டிருக்கிறார் போலிருக்கிறது.." என்று சொல்லிவிட்டு, சுகிதா தலைகுனிந்தாள்.

ஜான்சுந்தர் படுத்திருந்த அறைக்குள் நுழைந்ததும், சுகிதாவின் முகம் மாறியது.

"ஐயோ.. இவ்வளவு காயமா? ஜான்சுந்தரை யார் இப்படிக் கண்மண் தெரியாமல் அடித்தார்கள்?" என்று படுக்கைக்கருகில் நின்று கதறினாள்.

"நீ.." என்றான் நரேந்திரன்.

"நானா?"

"ஆமாம்.. நீயும் உன்னுடைய ஆட்களும்.."

"என்னுடைய ஆட்களா? என்ன சொல்கிறீர்கள் நரேன்..? நான் ஒரு அனாதை.. எனக்கென்று யாரும் கிடையாது. சொல்லிக்கொள்ள இருக்கும் ஒரே உறவு சந்தோஷ்தான்.. அவனும் எங்கோ மாலத்தீவில் போய் உட்கார்ந்திருக்கிறான்.."

சுகிதா விசும்பினாள். "நான் எங்கே போனேன் என்று சொல்ல முடியுமா நரேன்?"

"நீ காரை எடுத்துக்கொண்டு மகாபலிபுரம் போகும் பழைய பாதையில் வெகுதூரம் போயிருக்கிறாய். அங்கே ஒதுக்குப்புறமான இடத்தில் போதை மருந்து பரிமாறப்படும் ஒரு இருட்டுப் பொந்து இருக்கிறது அங்கே போயிருக்கிறாய்.."

"ஐயோ.. நானா?"

"நீயேதான்.. உன்னைத் தொடர்ந்து வந்த ஜான்சுந்தரை உன்னுடைய ஆட்கள்.."

"நரேன் ப்ளீஸ் உன்னுடைய ஆட்கள் என்று மறுபடியும் சொல்லாதீர்கள்.."

"ஓ.கே. ஓ.கே.. அங்கிருந்த சில ஆட்கள் ஜானை சுற்றிச் சுற்றி அடித்திருக்கிறார்கள். நினைத்திருந்தால் நீ அவனைத் தப்பிக்கவிட்டிருக்கலாம்.. ஆனால் நீயும் சேர்ந்து அவனைத் துப்பாக்கியால் மிரட்டியிருக்கிறாய்.."

"துப்பாக்கியா.. மறுபடியுமா?"

"ஆமாம். அவனை அடித்துக் கீழே தள்ளிவிட்டு காரில் புறப்பட்டு ஜான்சுந்தரின் பார்வையிலிருந்து நீ தப்பிச் சென்றுவிட்டாய்.."

"நரேன்.. இதெல்லாம் என்னை எங்கே கொண்டுபோய் நிறுத்தப் போகிறது?"

"ஜெயிலில்தான்.." என்றாள், அனிதா எரிச்சலுடன்.

சுகிதா திகைத்துப் பார்த்தாள்.

"உண்மைதான். இதேபோல் நீ மறுபடி மறுபடி நடந்துகொண்டால் நிச்சயமாக மத்திய சிறைச்சாலையில்தான் கொண்டு நிறுத்தும்.." என்றான் நரேந்திரன்.

"ஐயோ.. நரேன் என்னை இந்த இக்கட்டிலிருந்து எப்படியாவது காப்பாற்றுங்கள்.. யார்.. யார் அவர்கள்? எதற்காக நான் அங்கே போனேன்? என்னிடம் இந்த ஆடைகள் எப்படி வந்தன..?"

"அவசரப்படாதே சுகிதா.. இதற்கெல்லாம் சீக்கிரமே விடை கிடைக்கும் என்று எதிர்பார்க்கிறேன்.. ஜான்சுந்தரை தாக்கியவனிடமிருந்து ஒரு சின்ன ஆதாரம் கிடைத்திருக்கிறது.."

"ஆதாரம் என்றால்.."

"அவன் மணிக்கட்டில் அணிந்திருந்த பிரேஸ்லெட் ஜான்சுந்தரின் கையோடு வந்துவிட்டது. அது வழக்கமான டிஸைனில் செய்யப்படவில்லை. நிச்சயமாக ஆர்டர் கொடுக்கப்பட்டு செய்யப்பட்ட நகையாகத்தான் இருக்கும். அதனால் அதை வைத்து அதை அணிந்திருந்தவனைப் பற்றிய விவரங்களை நாங்கள் சேகரிக்கப் போகிறோம். அப்.:கோர்ஸ் இதையெல்லாம் உன்னிடம் சொல்லிக்கொண்டிருக்க வேண்டிய அவசியம் இல்லை. இன்னும் விஷயங்களைத் தெரிந்துகொண்டதும் நிச்சயமாக உன்னைச் சந்திக்க வருவோம் என்று சொல்வதற்காகத்தான் இதைச் சொன்னேன்.."

"கண்டுபிடியுங்கள் நரேன். அந்த அயோக்கியர்கள் யார் என்று கண்டுபிடியுங்கள்.. நான் சுகிதாவாகவே அங்கு வந்து அவர்களை நிற்க வைத்தே சுட்டுத் தள்ளிவிடுகிறேன். என்னை வதைத்து சித்திரவதை செய்யும் அவர்களையெல்லாம் சுட்டுக் கொன்றுவிட்டு தூக்கு மேடைக்குப் போகவும் நான் தயாராய் இருக்கிறேன்.."

சுகிதாவின் குரல் ஆத்திரத்திலிருந்து அழுகைக்கு மாறியது.

நரேந்திரன் அவள் தோளை அணைத்து, "டோண்ட் ஒர்ரி.. வீ வில் டேக் கேர். ஆனால், நீ அணிந்திருந்த கருப்பு உடைகளையும் அதில் கடத்தி வந்திருந்த போதை மருந்தையும் வேறு வழியில்லாமல் போலீசிடம் ஒப்படைக்க வேண்டும்.."

"ஐயோ, போலீஸ் என்னிடம் கேள்வி மேல் கேள்வி கேட்பார்களே.."

"உன்னுடைய பெயர் தெரியாதபடி நாங்கள் பார்த்துக்கொள்கிறோம்.. ஆனால், நீ சொல்வது பொய்யாக இருந்து என்றைக்காவது போதை மருந்து போக்குவரத்தில் உனக்கும் ஒரு பங்கு இருக்கிறது என்பது தெரிய வந்தால், உன்னை சிறைச்சாலைக்குள் கொண்டுபோய் செலுத்துவதே நரேனாகத்தான் இருக்கும்.."

சுகிதா அவனைத் திடுக்கிட்டுப் பார்த்தாள். அழுகை உறைந்து கண்களில் அச்சம் கூடி வந்தது.

"நரேன் என்னை நம்புங்கள். சத்தியமாக எனக்கும் அந்த கூட்டத்திற்கும் எந்தத் தொடர்பும் கிடையாது.."

நம்புகிறேன் என்று சொல்வது போல நரேந்திரன் கண்களை மூடித் திறந்தான்.

அனிதாவிடம் விடைபெற்று அவர்கள் புறப்பட்டார்கள்.

9

செ ன்னையின் ஆபரணக் கழுத்து போல உஸ்மான் ரோடு. வாகனங்கள் நிறுத்துவதற்கு இடமில்லாமல் நெருக்கியடித்து தடுமாறிக்கொண்டிருந்தன.

புற்று கட்டும் எறும்புகள் போல மக்கள் தத்தம் கைகளில் ஏதாவது ஒரு கடையிலிருந்து பார்சலுடன் வெளிப்பட்டு தெருக்களை நிறைத்திருந்தனர். பேருந்துகள் இன்னும் இன்னும் ஜனங்களை அந்தப் பைத்தியக்காரத்தனமான விற்பனை மையத்திற்குக் கொண்டுதள்ளின.

கண்ணாடிக் கூண்டு லிப்டில் வைஜயந்தி இரண்டாவது மாடி வரை பயணமானாள்.

லிப்டில் இருந்து வெளிப்பட்டதும் அந்த நகைக்கடையின் விஸ்தீரணம் அவளை பிரமிக்க வைத்தது.

ரேஷன் கடையில் அரிசி வாங்குவது போல தங்க நகைகளை வாங்குவதற்கு முண்டியடித்துக்கொண்டு இவ்வளவு கூட்டமா?

முதலாளி நெற்றி நிறைய குங்குமம் வைத்திருந்தார். யாரோ வாங்கிய நகைகளை வெல்வெட் பெட்டியில் வைத்து, தனக்குப் பின்னால் இருந்த வெங்கடாஜலபதியின் பாதத்தில் காட்டி கண்களை மூடி போலியாக ஒரு கணம் பிரார்த்தனை செய்து இரண்டு மல்லிகைப் பூக்களை நகைப் பெட்டியில் போட்டு அந்தப் பெட்டியை அவர்களிடம் ஒப்படைத்த பாங்கு பெரிய பக்திமான்களையே தோற்கடிக்கச் செய்யும்.

என்ன வேண்டிக்கொண்டிருப்பார்?

இந்த ஏமாளிகள் மறுபடியும் தன் கடையிலேயே வந்து நகைகள் வாங்க வேண்டும் என்றா?

வைஜயந்தி அவருக்கெதிரில் போய் நின்றாள்.

அவள் நகைகளை வாங்கிவிட்டு தள்ளுபடி கேட்பதற்காக பில்லைக் கொண்டுவந்திருக்கிறாள் என்று எதிர்பார்த்த அவர் உதடுகளை அகலமாக்கி பெரிய புன்னகை உதிர்த்தார்.

"சொல்லுங்கம்மா.. என்ன வாங்கியிருக்கீங்க..?"

"நான் வாங்கவில்லை.. வாங்குவதற்காக வந்திருக்கிறேன்.."

"என்ன வேணும்?"

"அட்ரஸ்.." என்றாள்.

அவர் முகத்தில் இருந்த சிரிப்பு சட்டென்று காணாமல் போயிற்று. அடுத்து வந்த வாடிக்கையாளரின் நகையை வாங்கி வெங்கடாஜலபதி காலடியில் வைத்துவிட்டு மல்லிகைப் பூக்களைப் போட்டுக் கொடுத்தார்.

அவர்கள் கொடுத்த கரன்ஸி நோட்டுகளை சரசரவென்று எண்ணி டிராயரில் போட்டுக்கொண்டார்.

"அம்மா பார்த்தா படிச்சவங்க மாதிரித் தெரியறீங்க. இது நகைக்கடை.. போஸ்ட் ஆபீஸ் அடுத்த தெருவுல இருக்கு.."

"தெரியும்.." என்றாள் வைஜயந்தி.

"நான் வந்திருப்பது உங்கள் கஸ்டமருக்கு உதவுவதற்காக.."

"என்னம்மா சொல்றீங்க.."

"நேற்று ரயிலில் பயணம் செய்தபோது என் கூடவே பயணம் செய்த ஒருத்தன் கையில் ஒரு அழகான பிரேஸ்லெட் போட்டிருந்தார்.. அதே போல் நானும் செய்துகொள்ள வேண்டுமென்று அவரிடம் எங்கே வாங்கினீர்கள் என்று கேட்டேன். அப்பொழுது உங்கள் கடையைப் பற்றி அவர் என்னிடம் சொன்னார்.. அதைவிடவும் அற்புதமான டிசைன்களில் நிறைய பிரேஸ்லெட்டுகள் இங்கே கிடைக்கும் என்றார்.. நன்றாகப் பேசிக்கொண்டிருந்தவர் இரவு தூங்கும் பொழுது கையிலிருந்த பிராஸ்லெட் கழன்று கீழே விழுந்திருக்க வேண்டும், ரயிலிலிருந்து காலையில் அவர் இறங்கிச் செல்லும்போது கவனிக்காமல் சென்றுவிட்டார்.

"நானும் பெட்டி படுக்கைகளை எடுத்துக்கொண்டு இறங்கும் சமயத்தில்தான் பார்த்தேன். சீட்டுக்கடியில் அந்த பிரேஸ்லெட் பளபளவென்று மின்னிக்கொண்டிருந்தது. அவர் யார் என்று கண்டுபிடித்து அவரிடமே அந்த பிரேஸ்லெட்டை கொடுத்துவிட

வேண்டுமென்று கொண்டு வந்திருக்கிறேன். அதைப் பார்த்து அவருடைய முகரியைச் சொல்ல முடியுமா?"

இந்த முறை முதலாளி மறுப்பு சொல்ல விரும்பவில்லை.

"தங்கராசு.." என்று கூப்பிட்டார்.

கிட்டத்தட்ட அவரைப் போலவே உருவம்கொண்டிருந்த அவருடைய சகோதரர் கவுன்ட்டருக்குக் கீழேயிருந்து எழுந்தார்.

"தங்கராசு.. இந்தம்மா கேட்கிற விலாசத்தைக் கண்டுபிடிச்சு எழுதிக் கொடு.."

முதலாளி உத்தரவு பிறப்பித்துவிட்டு அடுத்த வாடிக்கையாளரின் நகைப் பெட்டியை கையில் வாங்கினார்.

வைஜயந்தி தங்கராசுவுடன் நடந்தாள். தங்கராசு போட்டிருந்த சில்க் ஜிப்பாவிலிருந்து விநோதமான ஒரு மணம் பரவிக்கொண்டிருந்தது. இரண்டு மூன்று பர்ப்யூம்களை ஒன்றாக சேர்த்து முயற்சி செய்திருப்பார் என்று தோன்றியது.

அவருடைய இருக்கைக்கு அழைத்துப் போய் வைஜயந்தியை உட்காரச் சொன்னார்.

வைஜயந்தி கொடுத்த பிரேஸ்லெட்டைப் புரட்டிப் பார்த்தார். அதில் இருந்த மிக நுணுக்கமான சிறிய எண்களை லென்ஸ் வைத்து படித்தார். அந்த எண்களை கம்ப்யூட்டரில் தட்டினார்.

சற்று நேரத்தில் அவரது தேடல் முடிவடைந்து அருகிலிருந்த பிரிண்டர் டர்ர்ர் என்று இயங்கியது.. அந்த பிரேஸ்லெட்டை வாங்கியவரின் பெயரையும் முகவரியையும் அச்சடித்துத் துப்பியது.. அதைக் கிழித்து வைஜயந்தியிடம் கொடுத்தார்.

"உங்களுக்கு ஏதாவது நகை வேணும்ன்னா அவசியம் இங்கேயே வாங்கம்மா.. நகை செலக்ட் செஞ்சதும் என்னை வந்து பாருங்கம்மா.. சேதாரத்துல மத்த எல்லாருக்கும் கொடுக்கறதைவிட கூடுதலாகவே பத்து பர்சன்ட் கொறச்சுத் தர்ரேன்.."

"தேங்க்யூ.."

வைஜயந்தி முகவரியை வாங்கிக்கொண்டு வசீகரமான புன்னகையை உதிர்த்துவிட்டு அங்கிருந்து நழுவினாள்.

10

நரேந்திரன் தன் புல்லட்டை சாலையோரமாக நிறுத்தினான்.

முகவரிக் காகிதத்தை மறுபடியும் எடுத்துப் பார்க்க வேண்டிய அவசியம் இல்லை. வைஜயந்தி நகைக்கடையிலிருந்து கொண்டுவந்திருந்த முகவரி அவனுக்கு மனப்பாடம் ஆகியிருந்தது.

மந்தைவெளியில் அந்த குறுக்குத் தெருவில் பழைய கட்டிடங்கள் அங்கங்கே பிளாட்காரர்களால் கைப்பற்றப்பட்டு, இடித்து நொறுக்கப்பட்டுக்கொண்டிருந்தன.

நரேந்திரன் புல்லட்டை அந்தத் தெருவில் நிதானமாகச் செலுத்தினான்.

பள்ளிப் பையன்கள் கிரிக்கெட் ஆடிவிட்டு காலி செய்துகொண்டிருந்த மைதானத்தை அடுத்து இருந்தது அந்த முகவரி.

சூரியன் வெகுநேரம் தயங்கிவிட்டு மறுவீட்டில் தனக்கு வேலை இருப்பதை உணர்ந்தது போல விடைபெற்றுக்கொண்டிருந்தது.

நரேந்திரன் மோட்டார் சைக்கிளை ஒரு போஸ்ட் பாக்ஸின் பின்னால் நிறுத்தி ஸ்டாண்ட் போட்டான். ஹெல்மெட்டைக் கழற்றி ரியர்வ் வியூ மிரருக்கு அணிவித்தான்.

தெருவின் இந்தப் பக்கத்தில் நின்றுகொண்டே அந்த வீட்டை நோட்டம்விட்டான்.

ஆளுயர கேட்கள்.. கற்கள் பதித்த காம்பவுண்ட் சுவர்.. சுவரைத் தாண்டி தெருவை எட்டிப் பார்க்கும் பூச்செடிகள்.. அவற்றுக்குப் பின்னே அந்த சிறிய வீடு பொதிந்திருந்தது.

ஸ்டம்ப்களை சைக்கிள் கேரியரில் வைத்து கடைசி பையனும் மைதானத்திலிருந்து விலகும்வரை நரேந்திரன் காத்திருந்தான்.

சூரியன் வேகமாக விழுந்தது. இருள் சூழ்ந்தது. நரேந்திரனின் நிழல் மறைந்தது. நரேந்திரன் கேட்களில் கையை வைத்தான்.

அதற்காகவே காத்திருந்தது போல கேட்கள் திறந்துகொண்டன.

முழுவதும் திறக்காமல் சிறிய இடைவெளி ஏற்படுத்திக்கொண்டு நரேந்திரன் தன் உடலை நெளித்து உள்ளே நுழைந்தான். கேட்டின் கொக்கியை உள்ளே அணிவித்தான்.

வீட்டிற்குள் யாரும் இருப்பதாகத் தெரியவில்லை. ஜன்னல்கள் மூடப்பட்டிருந்தன. விளக்குகள் எதுவும் தெரியவில்லை. நரேந்திரன், மூன்றடி அகலமிருந்த சிமெண்ட் பாதையைத் தவிர்த்து புற்களை மிதித்து செடிகளுக்குப் பின்னே நகர்ந்து வீட்டை நெருங்கினான்.

வீட்டை மிக நெருங்கிய பிறகுதான் அவனால் கதவை கவனிக்க முடிந்தது. அவனுக்கு ஆச்சரியம் காத்திருந்தது. வாசல் கதவு பூட்டப்படாமல் சற்றே ஒருக்களித்துத் திறந்திருந்தது.

கதவு திறந்திருக்கிறதென்றால் உள்ளே நடமாட்டம் இருக்கிறதா?

நரேந்திரன் பதுங்கினான்.. காதுகளை கூர்மையாக்கிக்கொண்டு அந்த வீட்டை நெருக்கமாக வலம் வந்தான்.

அங்கங்கே ஜன்னலில் கவனமாக காதுகளை வைத்துக் கேட்டான். உள்ளிருந்து எந்த ஒலியும் வரவில்லை.

உள்ளே யாராவது இருந்தால் அவர்கள் அவனுக்காகக் காத்திருப்பார்கள் என்று தோன்றியது.

நரேந்திரன் முற்றிலும் இருட்டு சூழும் வரை காத்திருந்தான்.

பின்னர் தன் துப்பாக்கியை உருவி தயாராக வைத்துக்கொண்டு வாசல் கதவை நெருங்கினான். ஷூவின் நுனியால் கதவைத் தள்ளியதும், கதவு சின்ன சத்தத்துடன் முற்றிலுமாகத் திறந்துகொண்டது.

அவனை இருள் வரவேற்றது. சுவரோடு முதுகு தேய்த்து நரேந்திரன் சரேலென்று உள்ளே நுழைந்தான். துப்பாக்கியை உயர்த்திப் பிடித்து இங்கும் அங்குமாக பார்வையைச் செலுத்தினான்.

இருள்.. இருள்.. எங்கும் இருள். எந்த இடத்திலிருந்தும் சின்ன அசைவு சத்தம் கூட கேட்கவில்லை.

வீட்டிற்குள் நுழைந்ததும் இருந்த அந்த சிறிய ஹாலில் சோபா செட், டெலிவிஷன், ஸ்டீரியோ டீப்பாய் என்று எல்லா வசதிகளும் இருந்தன.

ஸ்டீரியோ சிஸ்டத்தில் ஸ்டாண்ட் பை விளக்கு மட்டும் சிவப்பாக எரிந்துகொண்டிருந்தது. அந்த அறையில் அது மட்டும்தான் வெளிச்சம்.

நரேந்திரன் ஹாலைக் கடந்து அடுத்த அறைக் கதவைத் திறந்தான்.

முதல் அடி எடுத்து வைத்ததும் அவன் காலை யாரோ பற்றினாற்போல் இருந்தது. திடுக்கிட்டு நகர்ந்து குனிந்து பார்த்தான். குறுக்கில் ஒரு கை நீண்டிருந்தது. அசையாத கை.

நரேந்திரன் உஷாரானான். துப்பாக்கியைத் தயாராக வைத்துக்கொண்டு "ஹாண்ட்ஸ் அப்" என்றான்.

அவன் உத்தரவிற்கு எந்தவித கீழ்ப்படிதலும் இல்லை. ஷூவின் நுனியால் அந்த கையை மெல்ல அசைத்தான். கை நகர்ந்தது. புரண்டது. ஆனால் எல்லாமே நரேந்திரன் தள்ளிய போதுதான். அவன் நிறுத்தினால் கையும் நின்று போனது.

நரேந்திரன் இப்பொழுது முழு கவனத்தையும் செலுத்திப் பார்த்தான். அந்தக் கைக்கு சொந்தக்காரனின் உடல் கதவின் பின்னால் கிடந்தது. நரேந்திரன் விளக்குகளைப் போட்டான்.

அவன் அங்கு பார்த்த காட்சி பளீர் என்று தாக்கியது.

சுவரை ஒட்டி ஒருவன் குப்புறக் கிடந்தான். அவனுடைய நடு முதுகில் ஒரு கத்தி செருகப்பட்டிருந்தது. கத்தி செருகப்பட்டிருந்த வேகத்தில் அதன் உலோகம் முழுவதும் உடலுக்குள் செலுத்தப்பட்டிருந்தது. ரத்தம் நுரைத்து வெளியேறி கீழே கிடந்தவனின் வெளிர் சட்டையை முற்றிலும் சிகப்பாக்கியிருந்தது. தரையிலும் சிகப்புக்கறை பரவியிருந்தது.

நரேந்திரன் மண்டியிட்டு கீழே கிடந்தவனின் நாசி அருகே விரலை வைத்துப் பார்த்தான். மூச்சு சுத்தமாக நின்று போயிருந்தது. ஆனால், உடல் இன்னும் பனிக்கட்டியாகவில்லை.

இறப்பதற்கு முன் இருந்த உஷ்ணம் மெல்ல மெல்ல குறைந்துகொண்டிருந்த நிலைமை. அப்படியானால் இவன் ஒரு மணி நேரத்திற்குள்தான் இறந்திருப்பான் என்று தோன்றியது.

'யார் இவன்?'

நரேந்திரன் அந்த உடலைப் புரட்டிப் பார்த்தான். பின் அது போலீசுக்கு எதிரான செயல் என்பதால் உடனே அந்த எண்ணத்தைக் கைவிட்டான். நீண்டிருந்த கையருகில் ஏதோ பளபளக்கிறதே என்று அந்தச் சட்டையை உயர்த்திப் பார்த்தான்.

தங்கம் மினுக்கியது. நரேந்திரன் நெருக்கத்தில் எடுத்துப் பார்த்ததும் தெளிவாகத் தெரிந்தது. அது ஒரு தோடு.. தங்கத்தில் சிறிய கிளிக் கூண்டு போல் செய்யப்பட்ட தோடு. ஒற்றைத் தோடு.. இந்தத் தோட்டை சுகிதாவின் காதில் பார்த்த நினைவு வந்தது.

நரேந்திரன் அந்தத் தோட்டை எடுத்து கைக்குட்டைக்குள் வைத்து பத்திரப்படுத்தினான்.

செல்∴போனை எடுத்து எண்களைத் தட்டினான்.

பத்து நிமிடங்களில் ஜான்சுந்தர் அங்கு ஆஜரானான்.

நர்சிங் ஹோமில் கணக்கெடுக்கப்பட்டது போல கூட்டல் குறிகள் அவன் முகத்திலும், முழங்கையிலும் பிளாஸ்திரிகளால் போடப்பட்டிருந்தன.

"இவன்தான்.." என்றான் ஜான்சுந்தர். "கடைசியாக என்னைத் தாக்கியவன் இவன்தான்"

"அப்படியானால் இவன் சந்தோஷின் ஆளாகத்தான் இருக்க வேண்டும்"

"தவறு.."

"சுகிதாவை நீ தொடர்ந்து போனபோது சந்தோஷ் உன்னை ஏன் ஆள் வைத்துத் தாக்கினான் என்பதுதான் புதிராக இருக்கிறது"

"யூ ஆர் ராங்.." என்றான் ஜான்சுந்தர்.

"இவன் சந்தோஷின் ஆள் இல்லை. இவன்தான் சந்தோஷ்.."

"எப்படிச் சொல்கிறாய் ஜான்?"

"ஹாலில் விளக்கைப் போட்டதும் மேஜை மீது போட்டோ ∴பிரேமில் சிரித்துக்கொண்டிருக்கிறானே. நீ பார்க்கவில்லையா?"

"மை காட்.. சந்தோஷ்..! அவன் மாலத்தீவில் இருப்பதாகத்தானே சுகிதா சொன்னாள்?"

ஜான்சுந்தர் பதில் சொல்லும் முன் நரேந்திரனின் செல்∴போன் விடாமல் சிணுங்கியது.

அவசரமாக ∴போனை எடுத்துக் காதில் வைத்தான் நரேந்திரன்.

"நரேன் எங்கேயிருக்கிறீர்கள்..?"

எதிர் முனையில் சுகிதாவின் குரல் நடுங்கிக்கொண்டிருந்தது.

"நரேன் உடனே நீங்கள் இங்கே வர வேண்டும்.."

"எங்கே?"

"திருவான்மியூர் தாண்டி கடற்கரைச் சாலையில். நான் காத்திருக்கிறேன்.. ப்ளீஸ் கம்.. இம்மீடியட்லி"

அவள் பேசிய ஒவ்வொரு வார்த்தையிலும் அழுகை தொற்றிக்கொண்டிருந்தது.

"ஆர் யூ ஆல் ரைட்..?"

"இல்லை நரேன். பெரிய பிரச்சனையில் சிக்கிக்கொண்டிருக்கிறேன். நீங்கள் வரும்பொழுது ஏதாவது ஒரு ஓவர்கோட் அல்லது கம்பளிப் போர்வை கொண்டுவாருங்கள். ப்ளீஸ் கம்.."

∴போன் தொடர்பு அறுந்தது.

"என்னவாம்..?" என்றான் ஜான்.

"உடனே வரச்சொல்கிறாள்.."

"அவளுடைய தோடு ஒன்று இங்கே கிடந்தது என்று சொன்னாயே.."

"எடுத்துக்கொண்டுவிட்டேன். ஜான், போலீசுக்குத் தகவல் கொடுக்க வேண்டியது அவசியம். போலீஸ் வருவதற்கு முன்னால் இவனைப் பற்றிய என்னென்ன விவரங்கள் சேகரிக்க முடியும் என்று ஒரு சின்ன ரவுண்டு வந்துவிடு.."

நரேந்திரன் பரபரப்பாக அந்த வீட்டிலிருந்து வெளிப்பட்டான்.

11

திருவான்மியூரின் சந்தடிமிக்க சாலைகளைத் தாண்டியவுடன்..

கடற்கரையை நோக்கிச் செல்லும் அமைதியான உள்சாலைகள்..

சில சாலைகள் பாதியோடு தார் வசதி முடிந்து கல்லும் மண்ணுமாக நிரம்பியிருந்தன.

சுகிதாவின் கார், இருள் அடர்ந்திருந்த அப்படிப்பட்ட ஒரு உள் சாலையில் ஒதுக்குப்புறமாய் நின்றிருந்தது.

நரேந்திரன் தன் வண்டியை நிறுத்திவிட்டு அந்தக் காரை நெருங்கியபோது ஜன்னல் வழியே சுகிதாவைப் பார்க்க முடிந்தது.

ஸ்டியரிங்கில் அவள் தலை பதித்து அமர்ந்திருந்தாள்.

நரேந்திரனின் புலன்கள் உஷாராயின.

சுகிதாவிற்கு ஏதாவது ஆகிவிட்டதா? மெல்ல நெருங்கி கண்ணாடியைத் தட்டினான். இரண்டாவது தடவை தட்டியதும் சுகிதா திடுக்கிட்டு நிமிர்ந்து பார்த்தாள். காரின் மறுபுறம் வரச் சொல்லி சைகை செய்தாள். கதவைத் திறந்து பிடித்தாள். உள்ளே ஆட்டோமெடிக்காக விளக்கு எரிந்தது.

சுகிதாவைப் பார்த்ததும் நரேந்திரன் திடுக்கிட்டான்.

"சுகிதா.. என்ன இது?"

சுகிதாவின் முகவாயில் ரத்தம். அவள் போட்டிருந்த பிங்க் நிற டாப்ஸில் ரத்தம். ஸ்டியரிங்கைப் பிடித்திருந்த அவளது கைகளில் ரத்தம்..

"எங்கே அடிபட்டுக்கொண்டாய்..?"

நரேந்திரன் பதற்றமாகக் கேட்டான்.

சுகிதாவின் கண்களிலிருந்து கண்ணீர் வழிந்து வழிந்து அவள் கன்னங்களில் கறையாகியிருந்தது.

"நரேன்.. இது எதுவும் என் ரத்தம் இல்லை"

"என்ன சொல்கிறாய் சுகிதா?"

"எனக்கு எந்த அடியும் படவில்லை நரேன். சற்று முன் திடிரென்று தூக்கத்திலிருந்து எழுந்தாற் போலிருந்தது. பார்த்தால் காரில் நான் உட்கார்ந்திருக்கிறேன். என்னுடைய முகத்தில் உடையில் எல்லாம் ரத்தக்கறை.. கையிலெல்லாம் ரத்தப் பிசுபிசுப்பு. எங்கேயிருந்து வந்தது இவ்வளவு ரத்தம்? எனக்கு பயமாக இருக்கிறது நரேன்.."

அவள் முகத்தை ஆட்டி ஆட்டி பேசியபொழுது அவளுடைய ஒரு காதில் மட்டும் அந்த கிளிக் கூண்டு தோடு தொங்குவதை கவனித்தான் நரேந்திரன்.

"நீ சந்தோஷ் வீட்டிற்கு போயிருந்தாயா?"

"சந்தோஷ் வீட்டிற்கா? எதற்காக அங்கே போகிறேன்? அவன்தான் இந்த ஊரிலேயே இல்லையே.."

"சுகிதா.. என்னிடம் எதையாவது மறைப்பதாக இருந்தால் அது உனக்கு ஆபத்தாக முடியும்.."

"என்ன சொல்கிறீர்கள் நரேன்?"

"சந்தோஷ் சென்னை திரும்பியது உனக்குத் தெரியாதா?"

"சத்தியமாக எனக்குத் தெரியாது. எப்பொழுது திரும்பி வந்தான்?"

"நேற்றிரவு ஜான்சுந்தரை தாக்கியது சந்தோஷ்தான் என்று உனக்கு நிச்சயமாகத் தெரியாதா?"

"ஐயோ நரேன். ஏன் என்னை புரிந்துக்கொள்ள மாட்டேன் என்கிறீர்கள்? ஜான்சுந்தரை ஆட்கள் தாக்கியபோது நான் அங்கே இல்லை.."

"நீ இருந்தாய்.. முழுசாக இருந்தாய்.."

"நரேன், அது நான் இல்லை.. வேறு யாரோ.. நானாக இருந்தாலும் அதைப் பற்றிய ஒரு சின்ன நினைவு கூட என்னிடம் இல்லை. இந்தக் குழப்பத்திற்காகத்தானே நான் உங்களிடம் உதவி கேட்டு வந்தேன்? நான் எங்கே போகிறேன்? என்ன செய்கிறேன்? என்று கண்டுபிடித்துத் தரச் சொன்னதே அதனால்தானே?"

"உண்மைதான் சுகிதா. இன்று கூட வைஜயந்தி உன் வீட்டு வாசலிலேயே காவலிருந்தாள். ஆனால், நீ எப்படியோ தப்பித்து வெளியே வந்திருக்கிறாய். வாட் ஈஸ் திஸ்?"

"வைஜயந்தி என் வீட்டுக்கருகில் கண்காணித்துக்கொண்டிருக்கிறாளா? அப்படியானால் அவளைத்தான் கேட்க வேண்டும் நரேன். நான் எங்கே போனேன்? என்ன செய்தேன் என்று அவள் சொல்வாள் அல்லவா?"

"நிச்சயமாக.."

நரேந்திரன் செல்·போனைத் தட்டினான். மறுமுனையில் ·போன் ஒலித்துக்கொண்டே இருந்தது.

'கமான் பிக் அப்' என்று நரேந்திரன் பற்களைக் கடித்தான்.

வைஜயந்தி ஏன் ·போனை எடுக்கவில்லை? அவளுக்கு ஏதாவது? நினைத்த உடனே நரேந்திரனுக்கு நடுங்கியது.

"சுகிதா, உன் சட்டையைக் கழற்றிக்கொடு.."

"வாட்..?"

"இந்த ரத்தக் கறையோடு நீ சாலையில் வண்டியை ஓட்டிக்கொண்டு வந்தாயா? உன்னை யாரும் கவனிக்கவில்லையா?"

"ஐயோ நரேன்.. எனக்கு எதுவுமே நினைவில் இல்லை. நான் கண்விழித்துப் பார்த்தபொழுது இந்தக் கார் இங்கே நின்றிருந்தது. காருக்குள் நான் இருந்தேன். வாயிலெல்லாம் ரத்தப் பிசுபிசுப்பு. என் உடையிலெல்லாம் ரத்தம். இதுதான் உண்மை. ஏற்கெனவே நான் மிரண்டு போயிருக்கிறேன்.."

அவள் நரேந்திரனைப் பார்த்துத் திரும்பி அமர்ந்தாள். "சந்தோஷ் ஊருக்கு வந்துவிட்டான் என்று எதை வைத்து சொல்கிறீர்கள் நரேன்?"

"அவன் பிணத்தை வைத்து.."

"என்னது?"

"ஐயாம் ஸாரி சுகிதா.. நான் இப்பொழுது சந்தோஷ் வீட்டிலிருந்துதான் வருகிறேன். அங்கே கத்திக்குத்து பட்டு சந்தோஷ் இறந்து கிடக்கிறான்.."

"ஐயோ.."

சுகிதா உடைந்து அழ ஆரம்பித்தாள்.

"ஒன் மோர் திங் சுகிதா.. அந்த கத்தியில் உன்னுடைய கை ரேகைகள் இருந்தால் என்னால் ஒன்றும் செய்ய முடியாது.."

"நான் அங்கே போகவில்லையே நரேன்.."

நரேந்திரன் தன் கைக்குட்டையை பிரித்து அவளிடம் காட்டினான்.

"நீ போகாமல்தான் உன் வலது காது தோடு அங்கே கிடந்ததா?"

சுகிதா அவசரமாக தன்னுடைய வலது காதைத் தொட்டுப் பார்த்தாள்.

"என்னுடைய தோடு அங்கே எப்படிப் போயிற்று?"

"அதுதான் என்னுடைய கேள்வி.." என்றான் நரேந்திரன்.

"ஐயோ!"

"ரைட்.. முதலில் உன்னுடைய உடைகளை மாற்ற வேண்டும். முகத்தை சுத்தம் செய்ய வேண்டும்.. நீ சொல்வது உண்மையாக இருந்து, சந்தோஷூடைய இடத்திற்கு நீ போகவில்லையென்றால், யார் அங்கே போனது? உன் மீது இந்த ரத்தம் எப்படி வந்தது? என்பதற்கான விடைகளை நாம் கண்டுபிடிக்க வேண்டும். அதுவரை நீ பத்திரமாக ஈகிள்ஸ் ஐயில் இருப்பதுதான் நல்லது.."

"ஐயோ.. நரேன்.. எனக்கு உடனே சந்தோஷைப் பார்க்க வேண்டும்.."

"பார்க்கலாம்.. முதலில் ஈகிள்ஸ் ஐ.."

12

ராம்தாஸ் தன் பைப்பை எடுத்து வைத்துவிட்டு நிமிர்ந்து பார்த்தார்.

"வினோதமாகத்தான் இருக்கிறது.." என்றார்.

"நரேன்.. சுகிதாவை நான் கவனித்துகொள்கிறேன்.. நீ முதலில் வைஜயந்தியைக் கண்டுபிடி.."

"எஸ் தாஸ்.. எப்படியும் ஜான்சுந்தர் போலீசுக்கு போன் செய்திருப்பான். சந்தோஷைப் பற்றி விவரங்கள் சேர்க்க ஆரம்பித்ததும் அங்கே சுகிதாவின் பெயர் அடிபடும். அவள் போலீசில் என்ன சொல்ல வேண்டும் என்பதையும் நாம் தீர்மானிக்க வேண்டும்.."

"ஐ வில் ஹாண்டில்.." என்றார் ராம்தாஸ்.

ராம்தாஸின் அறையிலிருந்து நரேந்திரன் வெளியேறிபோது செல்.ஃபோன் அலறியது.

நம்பரைப் பார்த்தால் வைஜயந்தி.

"ஹாய் வைஜ், எங்கேயிருக்கிறாய்?"

"மவுண்ட் ரோடில்.." என்றாள் வைஜயந்தி.

"அங்கே என்ன செய்கிறாய்?"

"சுகிதா எனக்கு டிமிக்கி கொடுத்துவிட்டாள் நரேன்.."

"நோ ப்ராப்ளம்.." என்றான் நரேந்திரன்.

"சுகிதா இப்பொழுது பத்திரமாக ஈகிள்ஸ் ஜயில் இருக்கிறாள்.."

"வாட்!"

அடுத்த பதினைந்தாவது நிமிடம் வைஜயந்தி ஈகிள்ஸ் ஐ ஆபீசில் இருந்தாள்.

"என்ன நடந்தது..?" என்றான் நரேந்திரன்.

"நாம் பேசிக்கொண்டபடி சுகிதாவின் வீட்டு வாசலில் நான் காத்துக்கொண்டிருந்தேன். நான்கு மணி இருக்கும். சுகிதா காரை எடுத்துக்கொண்டு கிளம்பினாள். நான் அவளை ∴பாலோ செய்தேன். ஸ்பென்சர் பிளாஸாவில் கொண்டுபோய் காரை நிறுத்தினாள். நிறுத்திவிட்டு ஷாப்பிங் செய்பவள்போல் கடையின் உள்ளே நுழைந்தாள். பெண்களுக்கான உடைகள் விற்கும் கடையில் நுழைந்தவள் ஒரு குறிப்பிட்ட உடையை தேர்ந்தெடுத்தாள். அதை போட்டுப் பார்ப்பதற்கான ட்ரையல் ரூமில் அவள் நுழைந்தாள்.

எதிர்க் கடையில் கேசட் வாங்கிக்கொண்டே நான் கண்காணித்துக்கொண்டிருந்தேன். ட்ரையல் ரூமில் நுழைந்தவள் வெளியே வரவேயில்லை. வெகுநேரம் காத்திருந்தேன். அவள் வெளிப்படவே இல்லை. அப்புறம்தான் எனக்கு சந்தேகம் வந்தது. அந்த கடைக்குள்ளேயே நுழைந்து அந்த ரூம் கதவைத் திறந்து பார்த்தேன். அதற்குள்ளேயே இன்னொரு கதவு இருப்பது தெரிய வந்தது. அவள் எங்கே போனாள் என்று புரிபடாமல் கீழே வேகமாக ஓடி வந்தேன்.

கார் பார்க்கிங்கில் பார்த்தபொழுது அவளுடைய கார் அங்கே நின்றுகொண்டிருந்தது. ஷாப்பிங் காம்ப்ளக்ஸிற்குள்ளேயே வேறு எங்கேயாவது சுற்றிக்கொண்டிருப்பாள் என்று வெகுநேரம் காத்திருந்தேன். அவள் வெளியே வரவில்லை.

மறுபடியும் அவளைக் கண்டுபிடிக்க வேண்டும் என்று ஸ்பென்சருக்குள் நுழைந்தேன். செல்போனை வேறு தவறுதலாக அணைத்துத் தொலைத்துவிட்டேன். பத்தே நிமிடங்கள் சுற்றிப் பார்த்துவிட்டு நான் திரும்பி வந்தபொழுது கார் பார்க்கிங்கில் அவள் கார் இல்லை.

எங்கே போனாள்.. என்ன ஆனாள் என்று புரியாமல் நான் மறுபடியும் அவள் வீட்டிற்குப் போனேன். அங்கேயும் அவள் காரைக் காணவில்லை. சென்னையில் ஒரு பெண்ணைத் தொடர்வது என்பது சற்று கடினமான வேலை என்று தோன்றுகிறது.."

வைஜயந்தி மிகவும் அவமானப்பட்ட குரலில் பேசினாள்.

"டோண்ட் ஒர்ரி.." என்றான் நரேந்திரன் அவள் தோள்களைத் தட்டிக் கொடுத்துக்கொண்டே..

"சுகிதாவை இப்பொழுது பார்க்க வேண்டுமா?"

"எஸ்.."

வைஜயந்தியைப் பார்த்ததும் சுகிதா வெடித்து அழுதாள். அவள் பழைய உடையை களைந்துவிட்டு வேறு உடை அணிந்திருந்தாள்.

"இந்த டிரெஸ்.. இந்த டிரெஸ்ஸைத்தான் சுகிதா கடையில் தேர்ந்தெடுத்தாள்.."

"வைஜயந்தி நான் எங்கேயெல்லாம் போனேன்? என்ன செய்தேன்? ப்ளீஸ் டெல் மீ.." சுகிதா அழுகையினூடே கேட்டாள்.

வைஜயந்தி சுகிதாவைத் தொடர்ந்து போனதைப் பற்றி விவரமாகச் சொன்னாள்.

அவளுடைய ஒவ்வொரு வார்த்தையையும் புதிதாகக் கேட்பவள் போல, ஆச்சர்யமான முக பாவனைகளுடன் கேட்டுக்கொண்டாள் சுகிதா.

"எனக்குக் கடைத் தெருவுக்கு போன நினைவே வரவில்லையே வைஜயந்தி. நான்கு மணிக்கு வெளியே புறப்பட்டுப் போனது கூட ஞாபகத்திற்கு வரவில்லையே.. நரேந்திரனிடம் எனக்காக ஒரு ஷால் வாங்கி வரும்படி சொல்லியிருந்தேன். வாங்கி வந்திருந்தார். அவர்தான் என் காரின் பின்சீட்டில் இதை கவனித்தார். இதைக் கூட நீ மாற்றுடையாகப் போட்டுக்கொள்ளலாமே என்று அவர்தான் அந்த டிரெஸ்ஸை எனக்குக் கொடுத்தார்.."

சுகிதா அழுகையும், துக்கமும் கலந்த வார்த்தைகளில் சொன்னாள்.

"வெல்.. இந்த கேஸ் சற்று கை மீறிப் போய்க்கொண்டிருக்கிறது.." என்றார் ராம்தாஸ்.

"சுகிதா.. உன்னுடைய கார் சந்தோஷ் வீட்டிற்குப் போனதை யாராவது பார்த்திருந்தாலும் போலீசுக்கு நிச்சயம் தகவல் போய் சேர்ந்துவிடும். போலீஸ் உன்னைத் தேடி வரும்"

"நரேன், நான் இப்பொழுது என்ன செய்வது?"

ராம்தாஸ் பைப்பைத் தட்டி அதிலிருந்து சாம்பலை வெளியே உதிர்த்தார்.

"சுகிதா.. இது உனக்குத் தரப்படும் கடைசி வாய்ப்பு.. ஈகிள்ஸ் ஐக்கு நீ சொல்லாத விவரங்கள் ஏதாவது இருந்தால் இப்பொழுது சொல்லிவிடு.."

சுகிதா தன்னுடைய நகங்களைச் சற்று நேரம் ஆராய்ந்தாள்.

"எஸ்.. ஒரே ஒரு விஷயத்தை நான் சொல்லவில்லை.."

"என்ன?"

"முதல் தடவையாக எனக்கு நினைவு தப்பியபோது நான் பயந்துவிட்டேன். எனக்கு என்ன நேர்கிறது என்று புரியாமல் அதை எப்படியாவது கண்டுபிடிக்க வேண்டும் என்று தவித்தேன். உங்களுக்கெல்லாம் தெரிந்திருக்கலாம். பீட்டர் ரகுநாதன்.. சைக்கியாட்ரிஸ்ட்.. அவரைத்தான் முதலில் பார்த்தேன்.

மூன்று நாட்கள் தொடர்ந்து அவரிடம் சிகிச்சைக்குப் போனேன். ஆனால், அப்பொழுதெல்லாம் இவ்வளவு ஆபத்தான விஷயங்களில் நான் ஈடுபடவில்லை. இப்போது பார்த்தால் என்னை அறியாமலேயே கத்தி, துப்பாக்கி என்றெல்லாம் சேரத் தொடங்கியதும்தான் நான் பயந்துவிட்டேன். இவற்றை டாக்டரிடம் சொன்னால் அவர் என்னைப் போலீசிடம் பிடித்துக் கொடுத்துவிடுவாரோ என்ற பயத்தில்தான் ஈகிள்ஸ் ஐயைத் தேடி வந்தேன்.

டாக்டரிடம் நான் போய் வந்ததை உங்களிடம் சொல்லாதற்கு ஒரே காரணம் மறுபடியும் அந்த டாக்டரிடம் என்னைக் கொண்டுபோய் நீங்கள் விட்டுவிடுவீர்களோ என்ற பயம்தான்"

"பீட்டர் ரகுநாதன்.. அவரிடம் உன்னுடைய வார்த்தைகளில் சொல்லப்பட்ட முழுக் கதையும் கிடைக்கும். அது எங்களுக்கு மிகவும் உபயோகமாக இருக்கும்.." என்றான் நரேந்திரன்.

"எஸ் சுகிதா.. டாக்டருக்கு போன் செய்து விவரங்களை நரேந்திரனிடம் கொடுக்கச் சொல்.."

"நானே நரேந்திரனுடன் டாக்டர் வீட்டிற்குப் போகிறேன்.." என்றாள் சுகிதா.

13

"அதென்னப்பா ஜான்.. நீ போய் வருகிற இடத்திற்கு எல்லாம் போலீசையும் வரவழைத்துவிடுகிறாய்.." என்றார் பால்ராஜ் தன் ரூல் தடியால் கீழே கிடந்த உடலைச் சற்றே உயர்த்தி.

ஜான்சுந்தர் பதிலுக்கு ஒரு புன்னகையை மட்டும் தந்தான்.

"என்ன அங்கங்கே பிளாஸ்திரி? கேட்டால் தடுக்கி விழுந்துவிட்டதாகச் சொல்வாயே"

"இல்லை பால்ராஜ்.. எங்கள் ஏரியாவில் கொசுக்கடி கொஞ்சம் அதிகம்.." என்றான் ஜான்சுந்தர் சிரிக்காமல்.

"ஒ.. உங்கள் ஏரியா கொசுக்களெல்லாம் பெரிய தாதாக்கள் போலிருக்கிறது. உன் தாடையையே பெயர்த்திருக்கிறது.."

பால்ராஜ் பிணத்தைப் புரட்டிவிட்டார்.

ரத்தம் தோய்ந்த சட்டையின் பாக்கெட்டிலிருந்து சற்றே வெளியே வந்திருந்த விசிட்டிங் கார்டு அவரது கவனத்தைக் கவர்ந்தது. நகங்களின் நுனிகளால் பற்றி அதை வெளியே எடுத்தார்.. உரக்கப் படித்தார்.

"ஈகிள்ஸ் ஐ.. பெசன்ட் நகர், சென்னை - 90. எப்பொழுது அப்பா இந்த ஆளை ஈகிள்ஸ் ஐயில் சேர்த்துக்கொண்டிர்கள்?"

ஜான்சுந்தர் அப்பொழுதுதான் இறந்தவனின் பாக்கெட்டில் ஈகிள்ஸ் ஐயின் விசிட்டிங் கார்டு இருப்பதை கவனித்தான்.

"இவன் ஊழியன் அல்ல.."

"பின்னே?"

"க்ளையண்ட்.."

"இவனைப் பார்க்கத்தான் இங்கே வந்திருந்தாயா?"

"ஆமாம்.."

"அப்படியென்றால் கிவ் மீ ஆல் த டிடெய்ல்ஸ்.."

"அதாவது பால்ராஜ் இவருடைய நண்பர்கள் யாரோ இவனிடம் ஈகிள்ஸ் ஜயைப் பற்றி சொல்லியிருக்கிறார்கள். ஆபீசிற்கு இவன் ∴போன் செய்தான். உடனே பார்க்க வேண்டும், வாருங்கள் என்று இந்த முகவரியைக் கொடுத்தான். புறப்பட்டு வந்தேன். வந்த இடத்தில் பார்த்தால் இப்படி கவிழ்ந்து கிடக்கிறான். மற்றபடி இவனைப் பற்றி விவரங்கள் முழுவதும் எங்களுக்குக் கிடைக்கவில்லை.."

பால்ராஜின் முகம் கடுமையாக மாறியது.

"ஜான், கஸ்டமர்களைப் பற்றிய ரகசியங்களை வெளியில் சொல்லக்கூடாது என்ற கொள்கையைப் பாராட்டுகிறேன்.. ஆனால், போலீஸ் விசாரணையை தடுக்கும் விதமாக, உண்மைகளை நீங்கள் பொத்திப் பாதுகாக்கும் போதுதான் கோபம் வருகிறது.."

"பால்ராஜ், உங்களுக்கு ஈகிள்ஸ் ஜயைப் பற்றித் தெரியும்.. சட்டத்திற்கு விரோதமாக எக்காரணம்கொண்டும் எதுவும் செய்ய மாட்டோம். போலீசிடம் உடனே காட்டாவிட்டால் கூட, அந்த ஆதாரங்களை முழுவதுமாக போலீசிடம் ஒப்படைப்பது நாங்கள்தான். இப்பொழுதுகூட உங்களுக்கு ∴போன் செய்துவிட்டு நான் ஓடியிருக்கலாம்.. ஆனால், நான் உங்களை வரவேற்பதற்காக இங்கேயேதான் காத்திருந்தேன்.."

பால்ராஜ் முகத்தில் இறுக்கம் தளர்ந்து சின்னப் புன்னகை வந்தது..

"ராம்தாஸ் உங்களுக்கெல்லாம் அற்புதமான ட்ரெய்னிங் கொடுத்திருக்கிறார்.. வெல்.. உனக்கு இவனைப் பற்றி என்ன விவரமெல்லாம் தெரியும்? அதைச் சொல்.."

"சந்தோஷ் என்று நினைக்கிறேன்.. ∴போனில் பேசியது குரல் மட்டும்தான்.. வந்து நேரில் பார்த்தால் இந்த முகவரியில் இறந்து கிடக்கிறான். இவன்தான் ∴போனில் பேசினானா என்பது எனக்கு எப்படித் தெரியும் பால்ராஜ்?"

"என்ன காரணத்திற்காக உன்னை வரச் சொன்னான்..?"

"விவரங்களைச் சொல்லவில்லை பால்ராஜ். நேரில்தான் சொல்ல முடியும் என்று சொல்லியிருந்தான்.."

"நான் வருவதற்கு முன்னால் நரேந்திரன் இங்கு வந்தானா?"

"ஆமாம்.."

"இங்கே ஏதாவது ஆராய்ச்சி செய்தானா?"

"இல்லை பால்ராஜ்.. என்னை வாசலிலேயே இறக்கி விட்டுவிட்டுப் போய்விட்டான்.."

"ஜான், என்னோடு கொஞ்சம் வெளியே வா.."

பால்ராஜ், ஜான்சுந்தரை வெளியே அழைத்து வந்தார்.

ஜீப் அருகில் கொண்டுவந்து நிறுத்தினார்.

"ஜான், நீ விவரங்கள் தராவிட்டாலும் நான் தருகிறேன். இறந்து கிடப்பவன் பெயர் சந்தோஷ்.. அவன் ஒரு கம்பெனியில் சூப்பர்வைசராக இருக்கிறான். அவ்வப்பொழுது வெளிநாடுகளுக்குக் கூட பயணம் செய்வான். பிரைவேட் கம்பெனியில் வேலை செய்வது தவிர அவனுக்கு வேறு ஒரு ரகசிய வேலையும் உண்டு.. எங்களுக்கும் அவனுக்கும் எழுதப்படாத ஒப்பந்தம் ஒன்று உண்டு.."

ஜான்சுந்தர் ஆர்வத்துடன் அவரை கவனித்தான்.

"யெஸ்.. அவன் ஒரு போலீஸ் இன்·பார்மர்.."

"ஈஸிட்..?"

"அவனுடைய கம்பெனியில் சிறு துப்பாக்கிகள் தயாரிக்கிறார்கள். அதனால் அவர்கள் கம்பெனிக்கு வரும் வாடிக்கையாளர்களில் நல்லவர்களும் இருப்பார்கள்.. கெட்டவர்களும் இருப்பார்கள்.. எங்களுக்கு தப்பானவர்களைப் பற்றிய முக்கியமான விவரங்களை அவ்வப்பொழுது தந்துகொண்டிருப்பது சந்தோஷின் வேலை. அதன் காரணமாக அவன் பலியிடப்பட்டிருக்கிறானா என்பது பற்றி எனக்குத் தெரிய வேண்டும்.. அதற்காகத்தான் கேட்டேன்.."

ஜான்சுந்தர் தன் குரலை கொஞ்சம் தழைத்துக்கொண்டான்.

"பால்ராஜ், நீங்கள் இவ்வளவு விவரங்கள் கொடுப்பதால் நானும் சில விவரங்கள் கொடுக்கிறேன். உண்மையில் எங்கள் க்ளையண்ட் சந்தோஷ் அல்ல. அவனுடைய காதலி.. அவளுக்காகத்தான் சில ஆராய்ச்சிகள் செய்துகொண்டிருக்கிறோம்.. தயவுசெய்து இன்னும் சில நாட்கள் எங்களை சுதந்திரமாக விடுங்கள்.. சந்தோஷின் மரணத்திற்குப் பின்னால் யார் யார் இருக்கிறார்கள் என்ற முழு விவரத்துடன் நானே உங்கள் முன் வருகிறேன்.."

"எந்த ஆதாரம் கிடைத்தாலும் உடனே எனக்கு தெரிவி ஜான்.. சந்தோஷின் காதலி பெயர் சுகிதா.. கரெக்டா?"

"உங்களுக்குத் தெரியுமா பால்ராஜ்?"

"சந்தோஷைப் பற்றிய முக்கியமான விவரங்கள் எங்களுக்குத் தெரியும். அவனுடைய பலம் எது, பலவீனம் எது என்பதை எதிரிகளைப்போல போலீசும் தெரிந்து வைத்திருக்கிறது. சுகிதா அவனுடைய பலவீனம். எப்படியும் இந்த உடலை அடையாளம் காட்ட அவளைத்தான் அழைக்கப் போகிறோம்.. சந்தோஷுக்கு வேறு உறவு கிடையாது.."

"ஓகே பால்ராஜ்.. நான் போகலாமா?"

"போ.. ஆனால், போலீஸை நண்பனாக நினை.. பை.."

14

டாக்டரின் கன்சல்டிங் அறை ஐந்து நட்சத்திர ஹோட்டலின் சூட் போல மிக அழகாக அலங்கரிக்கப்பட்டிருந்தது.

செளகர்யமான சோபாக்கள். வசதியான குஷன் சேர்கள். நாற்பது இன்ச் ஃப்ளாட் டி.வி. மறைவிடத்து ஃஸ்பீக்கர்களில் கசியும் சன்த்தூர் இசை.

காற்றில் மயக்கும் ஒரு சுகந்த மணம். டாக்டர் என்பதற்காக தனி நாற்காலியோ நோயாளி என்பதற்காக தனி நாற்காலியோ இல்லாமல் எல்லோருக்கும் ஒரே மாதிரியான அமிழ்ந்து உள் வாங்கும் குஷன் சோஃபாக்கள்.

டிப்பாயில் வெளிநாடு, உள்நாடு என்று பாகுபாடு இல்லாமல் மிகச் சிறப்பான பதிப்பகங்களின் பத்திரிகைகள். சுவர் ஓரமாக கண்ணாடி நீர்த்தொட்டியில் குறுக்கும் நெடுக்கும் நிற்காமல் நீச்சலடித்துக்கொண்டிருந்த மீன் குட்டிகள்.

டாக்டர் பீட்டர் ரகுநாதன் யாரோ வட இந்திய முதல் அமைச்சரை நினைவுபடுத்தினார்.

சுகிதா, நரேந்திரனை அவருக்கு அறிமுகப்படுத்திவிட்டு விவரங்களைச் சொன்னதும்..

"ஐ ஸீ.. பொதுவாக உங்கள் கம்பெனியைப் போலதான் எங்கள் பாலிஸியும்.. எங்களிடம் வரும் நோயாளிகளைப் பற்றிய விவரங்களை எந்தக் காரணம்கொண்டும் நாங்கள் வெளியில் சொல்வதில்லை. ஆனால், சுகிதாவே வந்து கேட்பதால் நான் சொல்கிறேன்..

"சுகிதா, முதலில் என்னிடம் வந்தது வேறு ஒரு பிரச்சனைக்காக.. சந்தோஷமாக சுதந்திரமாக ஆரம்பத்திலிருந்தே அம்மா, அப்பா என்று யாருடைய நிழலும் படியாமல் அவள் வளர்ந்திருந்தாள். வெளியூரில் படிப்பு. சுதந்திரமான நடமாட்டம் என்று இருந்த அவளை திடீரென்று சொத்துக்களை முதுகில்

மூட்டையாகக் கட்டி ஒரிடத்தில் உட்கார வைத்ததும், அந்தப் பொறுப்புகளை சுமக்க முடியாமல் அவள் தள்ளாடியதாகவே எனக்குத் தோன்றியது.

"அடிக்கடி தலைவலி, இரவுகளில் குழப்பமான கனவுகள், யாரோ துரத்தி வருவது போன்ற பயம் என்று அவளுடைய பிரச்சனைகள் எளிமையாகத்தான் இருந்தன. அதற்கு அவளுக்கு நான் சிகிச்சை அளித்துக்கொண்டிருந்தேன்.."

"சிகிச்சை என்றால்..?" என்று கேட்டான் நரேந்திரன். "மாத்திரைகள் மட்டும்தான் கொடுப்பீர்களா?"

"கவுன்ஸிலிங் என்று ஒன்று உண்டு. உடலில் அத்தனை உணர்ச்சிகளும் ரசாயன மாற்றங்களால் ஏற்படுபவைதான். அதனால் மருந்து, மாத்திரை மூலமாகவும் ஓரளவுக்கு அமைதியைக் கொண்டுவர முடியும். பதற்றத்தைக் குறைக்க முடியும். ஆனால், அவை உடல் அளவில்தான் செயல்படும். மனதளவில் அல்ல. மனதையே நிதானப்படுத்த வேண்டுமென்றால் அதற்கு வேறு வழிமுறைகள் உள்ளன. ஹிப்னாடிஸம் ஒரு நல்ல பயிற்சி.. சில சமயங்களில் நான் ஹிப்னாடிஸம் கூட பயன்படுத்தியிருக்கிறேன்.."

"சுகிதா எப்படி ரெஸ்பான்ஸ் செய்தாள்?"

"அவளிடம் நல்ல முன்னேற்றம் இருக்கிறது என்றுதான் நான் சந்தோஷப்பட்டேன். திடீரென்று சில காலமாகத்தான் அவளுக்கு வேறு பிரச்சனைகள் முளைத்துவிட்டன. ஸ்ப்லிட் பர்சனாலிட்டி என்று சொல்லப்படும் இரட்டைப் பிறவியை அவள் தன் மனதில் வாழ ஆரம்பித்திருக்கிறாள். இதற்குக் காரணம் என்னவாக இருக்கும் என்று கண்டுபிடிக்கத்தான் நான் வெவ்வேறு சோதனைகள் செய்துகொண்டிருக்கிறேன்.."

"அதில் ஏதும் முன்னேற்றம்?"

"சுகிதா முன்பு ரெகுலராக வந்துகொண்டிருந்தாள்.. இப்பொழுதெல்லாம் வருவதில்லை. அது தப்பு. எங்கள் மருத்துவத்தில் தொடர்ந்து நோயாளி டாக்டரிடம் வந்துகொண்டிருந்தால்தான் டாக்டரால் ஏதாவது செய்ய முடியும்"

"ஆமாம் நரேன். எனக்குத்தான் திடீரென்று என்னென்னவோ காரணங்கள்..டாக்டரைப் பார்க்க வருவதையே நிறுத்திவிட்டேன்.."

"இட்ஸ் ஓகே.. இனிமேலாவது நீ ரெகுலராக டிரீட்மெண்ட்டுக்கு தொடர்ந்து வருவாயா?"

"இன்னும் கொஞ்ச நாட்கள் பொறுத்துக்கொள்ளுங்கள் டாக்டர். சுகிதா நிச்சயம் உங்களிடம்தான் ட்ரீட்மெண்ட்க்கு வருவாள்.." நரேந்திரன் சுகிதாவை முந்திக்கொண்டு பதில் சொன்னான்.

"டாக்டர்.. சுகிதாவின் முதல் கட்ட சிகிச்சையின்போது அவள் உங்களிடம் பகிர்ந்துகொண்ட பிரச்னைகள் பற்றிய விவரங்கள் எனக்கு ஒரு பிரதி கிடைக்குமா?"

"தருகிறேன்.. ஆனால் ஒன்று, அவை பிரத்யேகமான குறிப்புகள்.. நீங்கள் படித்துப் பார்க்கலாமே தவிர அந்தக் குறிப்புகளை ஆதாரமாக வைத்து எந்த சிகிச்சையும் வேறு டாக்டர்கள் மூலம் செய்ய முயற்சி செய்யாதீர்கள்.."

"ஓ.. டாக்டர்.. யூ ஆர் மிஸ்டேக்கன்.. நான் டாக்டரை மாற்றுவதற்காக அவளை அழைத்து வரவில்லை.."

"எதற்கும் பொறுப்புடன் சொல்ல வேண்டியது என்னுடைய கடமை. ஒவ்வொரு மருத்துவருக்கும் ஒவ்வொரு வித சிகிச்சை முறை இருக்கும். பாதியில் வேறு மருத்துவரிடம் செல்வது கூட தவறாகிப் போகும். அதற்காகச் சொன்னேன்.."

டாக்டரிடம் கை குலுக்கிவிட்டு, நரேந்திரன் சுகிதாவை அழைத்துக்கொண்டு அவர் கொடுத்த தகவல்களை ஒரு ∴போல்டரில் நிரப்பிக்கொண்டு புறப்பட்டான்.

"டாக்டரிடம் எத்தனை முறைட்ரீட்மெண்ட்டுக்கு வந்திருப்பாய் சுகிதா..?" என்று காரில் ஏறியதும் முதல் கேள்வியை வீசினான்.

"தொடர்ந்து நான்கைந்து தடவை வந்திருப்பேன்.."

"அதற்கப்புறம்?"

"கடைசியாக ஒருமுறை அவரிடம் ஹிப்னாடிக் தெரபி எடுத்து வந்தபின், ஒரு பதினேழு நாட்களுக்குப் பிறகு, காரணம் இல்லாமலேயே டாக்டரைப் போய்ப் பார்க்க வேண்டும் என்று காலை எழுந்தது முதலே மனதில் ஒரு உறுத்தல் இருந்தது. அப்படி ஒரு நாள் அவரை போய்ப் பார்த்தேன். அதற்கப்புறம் என்னவோ எனக்கு அவரிடம் போக வேண்டுமென்றே தோன்றவில்லை.."

"டாக்டருடன் கடைசியாக நீ பேசி எவ்வளவு நாட்கள் இருக்கும்?"

"மே பி இருபது நாட்கள்.."

"டாக்டர் சொன்னது போல வேறு யாரிடமாவது உன்னுடைய உணர்ச்சிகளைப் பற்றி நீ சொன்னது உண்டா?"

"இல்லை நரேன். எனக்கு அவ்வளவு நெருக்கமான நண்பர்கள் யாரும் கிடையாது. சற்று கைமீறிப் போன மாதிரி இருந்தபொழுது என்னைப் பற்றி நான் சொல்லிக்கொண்டது ஒரே ஒரு நபரிடம்தான். சந்தோஷ்.."

சந்தோஷின் பெயரைச் சொன்னதும் மீண்டும் ஒருமுறை உணர்ச்சிவசப்பட்டு அழுகைக்குத் தயாராயின அவளது கண்கள். தழுதழுத்துப் போனது அவளுடைய குரல்.

"நரேன்.. நான் ஒரு முடிவுக்கு வந்துவிட்டேன்"

"என்ன சுகிதா?"

"எங்கேயோ தள்ளி நின்று என்னைப் பின்தொடர்ந்து வரச் சொன்னேனே.. வேண்டாம்.. இருபத்தி நான்கு மணி நேரமும் என்னுடனேயே இருங்கள். எந்த நிமிடத்தில் என்னுடைய குணத்தில் மாற்றம் நிகழ்கிறது என்பதை கவனியுங்கள்.. நான் எப்பொழுது என்னவாக மாறுகிறேன்? ஏன் அப்படி மாறுகிறேன்? என்பதை என்னுடன் இருந்து கவனித்துக் கண்டுபிடியுங்கள்.. ப்ளீஸ், என்னை எப்படியாவது இந்த இக்கட்டிலிருந்து வெளியே கொண்டு வாருங்கள்.."

"ஓகே.." என்றான் நரேன்.

***

"நினைத்தேன்.." என்று காலை கீழே ஓங்கி உதைத்தாள் வைஜயந்தி.

"சுகிதா சொன்னதும் நாக்கைத் தொங்கப் போட்டுக்கொண்டு உடனே ஓகே சொல்லியிருப்பாயே.."

"வைஜ்.. இது கேஸ் விஷயமாக.."

"தெரியும்.. கேஸ் விஷயமாக ஆந்திராவிற்குப் போ என்று சொன்னால் என்னை அனுப்பி வைப்பாய்.. சுகிதா வீட்டிற்குப் போ என்று சொன்னால் முந்திக்கொண்டு ஓடிவிடுவாயே.. இருபத்திநாலு மணி நேரமும் கூட இருக்க வேண்டுமென்றால் அவள் பாத்ரூம் போகும்போது, குளிக்கும்போது, பல்

தேய்க்கும்போது, எப்பொழுதும் நீ பக்கத்திலேயே நிற்க வேண்டுமாமா?"

"ஐயய்யோ.. அந்த விவரங்களையெல்லாம் இன்னும் நாங்கள் பேசித் தீர்த்துக்கொள்ளவில்லை.."

"ஏன் சிரிக்கிறாய்?"

"நான் சிரிக்கவில்லையே வைஜ்.."

"இல்லை.. ரகசியமாக நீ சிரித்தாய்.."

"இது என்னடா வம்பாகப் போயிற்று..? நீ சொன்னதைக் கற்பனை செய்து பார்த்தேன். இருபத்தி நான்கு மணி நேரமும் சுகிதாவுடன் இருக்க வேண்டும் என்றால், எப்படியிருக்கும் என்று கொஞ்சமே கொஞ்சம் கற்பனை செய்தேன். சிரிப்பு வந்தது.. வைஜ்.."

"எனக்கு ஒரு சத்தியம் செய்து கொடு.. நரேன்.."

"என்ன?"

"அந்தப் பெண்ணைப் பார்த்தால் எனக்கு நம்பிக்கை வரவில்லை. அவள் உன்னைப் பார்க்கும்பொழுது கண்களாலேயே துண்டம் போட்டு விழுங்குகிறாள்.."

"ஸோ?"

"இப்பொழுது அவளுடைய சந்தோஷ் வேறு இறந்துவிட்டான்.."

"அதனால்..?"

"அதனால்.. ஏதாவது சாக்கு வைத்துக்கொண்டு அவள் உன் மார் மீது சாய்வாள்.."

"அவளுக்குத் தோள் கொடுக்கக் கூடாதா?"

"அந்த அளவிற்குக் கேவலமாக நான் பேசவில்லை. அவள் சாய்ந்துவிட்டாளே என்று நீ சாய்ந்து விடாதே.. கவனமாக இரு.."

"ஓகே.. ஓகே.."

நரேந்திரன் சிரித்துக்கொண்டே வைஜயந்தியை தட்டிக் கொடுத்தான்.

"இன்னொரு விஷயம்.. நீ சுகிதாவுடன் இருந்தாலும் சரி.. உன்னுடைய செல்.்போன் எப்பொழுதும் அணைக்கப்படாமல் இருக்க வேண்டும். என்னிடம் அவ்வப்பொழுது

பேசிக்கொண்டிருக்க வேண்டும். நான் ∴போன் செய்தால் அதை சைலண்ட் மோடிலாவது கவனித்து நீ எடுக்க வேண்டும்.."

"அடேங்கப்பா.. போர்க்களத்திற்கு அனுப்பும் வீரர்களின் மனைவிகள் கூட இவ்வளவு நிபந்தனைகள் போடுவார்களா என்று தெரியவில்லை.."

சட்டென்று நினைத்துக்கொண்டாற்போல், வைஜயந்தி முகத்தில் ஒரு பிரகாசம்.

"நரேன், இப்படிச் செய்தால் என்ன? இரவில் மட்டும் நான் சுகிதாவுடன் தங்கிக்கொள்கிறேன்.. காலையில் நீ போகலாமே.." என்றாள் வைஜயந்தி.

நரேந்திரன் எச்சில் கூட்டி விழுங்கினான்.

"ஐ டோண்ட் மைன்ட்.. ஆனால் சுகிதாவிற்கு ஒரு கருத்து இருக்கும். அவளையும் கேட்டுவிடலாம்.."

வைஜயந்தியின் முகம் மாறியது.

"தெரியும்.. அவளைக் கேட்டவுடன் அவள் நரேன்தான் வேண்டும் என்று சொல்வாள்.. அதற்காகத்தானே? போ.. போய் அவள் ஷூவை முகர்ந்துகொண்டு உட்கார்ந்திரு.. ஜான்சுந்தரைப் புரட்டி எடுத்தது போல உன்னையும் ஆள் வைத்துக் கூறு போட்டு கிழித்துத் தூக்கிப் போடுவாள் பார்.. அப்பொழுது இந்த வைஜயந்தி வந்துதான் ஒத்தடம் கொடுக்க வேண்டியிருக்கும்.."

வைஜயந்தி விருட்டென்று திரும்பினாள். கதவை ஓங்கி அறைந்து சாத்திவிட்டு அந்த அறையைவிட்டு வெளியேறினாள்.

நரேந்திரன் புன்னகைத்துவிட்டு தன்னுடைய பிரஷ், பேஸ்ட் இவற்றை அள்ளிக்கொண்டான்.

15

இரவு நரேந்திரன் நெட்ஃப்ளிக்ஸில் இரண்டு ஆங்கிலப் படங்கள் பார்த்துவிட்டான்.

சுகிதா பரிந்துரைத்த படங்கள்.

இரண்டுமே அவனுடைய நரம்புகளையெல்லாம் சுண்டிவிட்டிருந்தன.

'சுகிதா ஒன்றும் அறியாத பெண் அல்ல' என்று அந்தப் படங்கள் சொல்லின.

"யூ என்ஜாய்ட் இட்..?"

கேட்டுக்கொண்டே சுகிதா பாத்ரூமிலிருந்து வெளிப்பட்டாள். குளித்து முடித்து பாத்ரோப் அணிந்திருந்தாள்.

"கொஞ்சம் நெளிய வைக்கும் படங்கள்.." என்றான் நரேந்திரன்.

"நரேன்.. என்னுடைய பெட்ரூமிலேயே உங்களுக்கும் இடம் இருக்கிறது.. நான் இப்பொழுது தூங்கப் போகிறேன் நரேன்.."

நரேந்திரன் கடிகாரத்தைப் பார்த்தான். மணி இரவு பதினொன்றை நெருங்கிக்கொண்டிருந்தது. சுகிதா குளித்துவிட்டு வந்திருந்த சோப்பின் நறுமணம் அந்த அறையில் அலையாகப் பரவிக்கொண்டிருந்தது.

வாசல் கேட்டருகில் வழக்கம் போல் வாட்ச்மேன் ஸ்டூல் போட்டு அமர்ந்திருந்தான்.

நரேந்திரன் செல்ஃபோன் அவ்வப்பொழுது சிணுங்கி வைஜயந்திக்கு பதில் சொல்ல வேண்டியிருந்தது. மற்றபடி மூன்று மணி நேரங்களாக நரேந்திரன் முள் மீது உட்கார்ந்திருப்பது போல் உணர்ந்தான்.

சுகிதாவுடன் சேர்ந்து சாப்பிட்டாயிற்று.

சுகிதாவோடு ஒரு கேம் செஸ் விளையாடி ஆயிற்று. சுகிதாவோடு கொஞ்ச நேரம் சீட்டு விளையாடி ஆயிற்று.. அப்புறம் அவள் புத்தகம் படித்த நேரம், இரண்டு சினிமாக்களும் பார்த்தாயிற்று. இப்பொழுது அவள் தூங்கப் போகிறாள்.

"ஓகே.." என்றான் நரேந்திரன்.

"நான் டிரெஸ் மாற்றிக்கொண்டு கூப்பிடுகிறேன்.." சுகிதா தன்னுடைய அறைக்குள் சென்று கதவைச் சாத்திக்கொண்டாள்.

நரேந்திரன் டெலிவிஷனை அணைத்துவிட்டு அங்கிருந்த செய்தித்தாளை எடுத்து புரட்டிக்கொண்டிருந்தான். ஐந்து நிமிடங்கள் ஆகியிருக்கும்.

சுகிதாவின் அறைக்கதவு திறக்கப்படும் சத்தம்..

நரேந்திரன் நிமிர்ந்தான். நிமிர்ந்ததும் அதிர்ந்தான்.

இரவு படுக்கப் போவதாகச் சொன்ன சுகிதா அதற்கான இரவு உடைகளை அணிந்திருப்பாள் என்று நினைத்திருந்தான். முற்றிலும் வித்தியாசமான உடைகளை அவள் அணிந்திருந்தாள்.

பாதித் தொடைவரைக் கூட எட்டிப்பிடிக்காத ஒரு மினி ஸ்கர்ட். மேலே வளைவுகளை முன்னிறுத்தி காட்டும் இறுக்கமான டாப்ஸ். கூந்தலை விரித்துவிட்டிருந்தாள்..

"ஏய் சுகிதா.. என்ன ஆயிற்று உனக்கு?"

அவன் கேள்விக்கு அவள் ஒன்றும் பதில் தரவில்லை. படிகளில் இறங்க ஆரம்பித்தாள்.

அவளைத் தொடர்ந்து போவதா? மறித்து நிற்பதா என்று புரியாமல் நரேந்திரன் ஒரு கணம் தடுமாறினான். முடிவிற்கு வந்து அவளை முந்திக்கொண்டு படிகளில் வேகமாக இறங்கி சட்டென்று அவள் எதிரில் வழியை மறித்தான்.

"சுகிதா ஸ்டாப்.. எங்கே போகிறாய்?"

சுகிதா நிமிர்ந்தாள். நரேந்திரனை கண்களுக்குள் பார்த்தாள். அவளுடைய கண்களில் சற்றும் நட்பு இல்லை.

நரேந்திரன் அதுவரை அவள் விழிகளில் பார்த்திராத அதீதமான வன்மம் தெரிந்தது.

"வழியைவிட்டு நகரு.." என்றாள்.

நரேந்திரனை மரியாதைக் குறைவாக அவள் பேசியதே இல்லை. நரேந்திரன் வழியைவிட்டு நகர்ந்தான். அவள் அவனை இடித்துக்கொண்டு நான்கு படிகள் இறங்கியிருப்பாள்.

"ஜான்சி.." என்று கூப்பிட்டான் நரேந்திரன்.

அவள் சட்டென்று நின்றாள். திரும்பினாள். நரேந்திரனைப் பார்த்தாள்.

"ஜான்சி, எங்கே கிளம்பிவிட்டாய்?"

அவள் சரசரவென இரண்டு படிகள் ஏறினாள். ஏறின வேகத்தில் நரேந்திரனின் சட்டையைப் பிடித்து அவனைப் பின்னால் தள்ளினாள்.

"என்னைக் கேள்விகள் கேட்காதே.." என்றாள்.

படிகளில் விழுந்த நரேந்திரன் பிடிப்பு இன்றி தடதடவென்று நாலைந்து படிகள் கீழே சரிந்தான்.

தனக்கொரு பிடிப்பை ஏற்படுத்திக்கொண்டு அவன் எழுந்தபொழுது சுகிதா ஹாலுக்குள் பிரவேசித்திருந்தாள்

நரேந்திரன் ஒரே ஜம்ப்பில் அவளை அடைந்து தோளைப் பிடித்து திருப்பினான். இரண்டு தோள்களையும் அழுத்தி சோஃபாவில் உட்கார வைக்கப் பார்த்தான்.

"சுகிதா, உட்கார்.."

"ஹூ ஈஸ் சுகிதா..?" என்றாள் அவள்.

"ஓ.கே ஜான்சி.. உட்கார்.."

"அதைச் சொல்ல நீ யார்?"

"உன்னுடைய நண்பன்.."

அவள் வெகு சரேலென தன் இரு கைகளையும் முன்னால் கொண்டுவந்து 'சர்ரக்' என்று தன் முகம் வரை உயர்த்தி நரேந்திரனின் இரு கைகளுக்குள்ளும் நுழைத்து சட்டென்று விலக்கித் தட்டினாள்.

நரேந்திரன் மீண்டும் அவளைப் பிடித்தபொழுது அவள் சரேலென்று தன்னுடைய மார்பிலிருந்து சிறு துப்பாக்கியை எடுத்தாள். உள்ளங்கைக்குள் அடங்கிவிடும் பாயின்ட் 22. பெண்களுக்கான துப்பாக்கி.

துப்பாக்கியை எடுத்த வேகத்திலேயே அதன் சேப்ட்டி கேட்சை அவள் விடுவித்த வேகம் நரேந்திரனை ஆச்சர்யப்பட வைத்தது.

வெகுநாட்களாக துப்பாக்கிகளைக் கையாண்டவர்களுக்கு மட்டும்தான் இந்த லாகவம் இருக்கும்.

"டோண்ட் க்ராஸ் மீ.." என்றாள் சுகிதா.

நரேந்திரன் கைகளைச் சற்றே உயர்த்துவதுபோல சட்டென்று முன்னால் பாய்ந்து சுகிதாவின் துப்பாக்கிக் கையை பிடித்து முறுக்கினான்.

வலது கையை நரேந்திரன் பிடித்திருந்த வேகத்தில் சுகிதாவின் இடது முஷ்டி மடங்கிப் பறந்து வந்தது. நரேந்திரன் மூக்கில் தாக்கியது.

பஞ்சு போன்ற மிருதுவாக இருந்த அவளிடமிருந்து அப்பேர்ப்பட்ட தாக்குதலை நரேந்திரன் எதிர்பார்த்திருக்கவேயில்லை. அவனுடைய கை அவளுடைய துப்பாக்கியைப் பறித்துக்கொண்டுதான் விலகியது.

ஜான்சி என்று அழைக்கப்பட்ட சுகிதா அந்தக் கணத்தில் பக்கத்தில் இருந்த டேபிள் விளக்கை எடுத்து அவன் மீது எறிந்தாள்.

நரேந்திரன் அதை லாகவமாகப் பிடித்து சோபாவில் வைத்துவிட்டு,

"ஜான்சி.. ப்ளீஸ்.. கொஞ்சம் இரு. உன்னிடம் நான் பேச வேண்டும்.."

"யார் நீ..?" என்றாள் அவள் மறுபடியும்

"உன்னுடைய நண்பன்"

"பெயரைச் சொல்"

"நரேந்திரன்.."

நரேந்திரன் என்ற பெயரைக் கேட்டதும் அவளுடைய கண்களில் வன்மம் கொஞ்சம் அதிகம் ஆனது.

"ஓ.. அந்த துப்பறியும் நாயா?"

"எஸ்.."

"உன்னிடம் பேசுவதற்கு என்னிடம் விஷயம் ஒன்றுமில்லை.."

"ஜான்சி, நீ ஆபத்தில் சிக்கிக்கொண்டிருக்கிறாய்.. என்னால் மட்டும்தான் உன்னைக் காப்பாற்ற முடியும். நான் சொல்வதைக் கேள்.."

"பேச வேண்டுமென்று உண்மையிலேயே விரும்பினால் என்னுடன் வா.. வெளியே போய்ப் பேசுவோம்.."

"ஓ.கே.." என்றான் நரேந்திரன்.

அவளுடைய துப்பாக்கியை சேஃப்டி கேட்சில் போட்டு தன்னுடைய பாக்கெட்டிற்குள் செருகிக்கொண்டான்.

"துப்பாக்கி என்னுடையது.." என்றாள் அவள்.

"தெரியும்.. அதை சரியான சமயத்தில் உன்னிடம் கொடுப்பேன்"

"வா.."

அவள் சடசடவென்று கதவைத் திறந்து வெளியில் நடந்து காரில் ஏறினாள்.

நரேந்திரன் ஓடிப்போய் மறுபுறம் காரில் ஏறிக்கொண்டான்.

கார் சீறிப் புறப்பட்டது.

16

நள்ளிரவை நெருங்கிக்கொண்டிருந்ததால் சாலையில் போக்குவரத்து இல்லை.

இருந்தாலும் சுகிதா காரை ஓட்டிய வேகம் நரேந்திரனை உள்ளெலும்புகள் வரை உலுக்கியது. அறுபது, எழுபது, எண்பது என்று முள் பாய்ந்து பாய்ந்து எகிறி நூற்றி இருபது கிலோ மீட்டர் வரை தொட்டது.

"நாம் எங்கே போகிறோம்..?" என்றான் நரேந்திரன்.

"நீ எனக்கு புதிய நண்பன். உனக்கு என் பழைய நண்பர்களை அறிமுகப்படுத்தப் போகிறேன்.."

சுகிதா காரை பழைய மகாபலிபுரம் சாலையிலேயே செலுத்தினாள்.

நரேந்திரன், தன் புலன்களை கூர்மைப்படுத்திக்கொண்டு எந்த சந்தர்ப்பத்துக்கும் தயாராய் அமர்ந்திருந்தான்.

கார் சில பல திருப்பங்களைக் கடந்ததும் ஒரு தொழிற்சாலை அருகே பிரேக் அடித்தது.

"வாண்ட் டு ஸ்மோக்..?" என்றாள் சுகிதா.

அவள் ஒரு சிகரெட்டை எடுத்துப் பற்ற வைத்துக்கொண்டாள். புகையை ஆழமாக இழுத்து நாசி வழியே அவள் அலட்சியமாக வெளியே தள்ளிய பாங்கு, வெளிநாட்டிலிருந்து அவள் வந்து இறங்கியது போல் இருந்தது.

"வேண்டாம்.." என்றான் நரேந்திரன்.

உதடுகளில் சிகரெட்டை பற்றிக்கொண்டு மீண்டும் அவள் காரைக் கிளப்பினாள்.

கார் இப்பொழுது ஒரு மண் சாலைக்குத் திரும்பியது. திரும்பியவுடன் இருளாய் இருந்த ஒரு இடத்தில் காரைத்

திருப்பினாள். நிறுத்தினாள். அதே வேகத்தில் காரில் இருந்து கதவைத் திறந்து வேகமாக இறங்கி ஓடலானாள். இருட்டு.. பயங்கர இருட்டு..

நரேந்திரன் தன்னுடைய கதவைத் திறந்து வேகமாக இறங்கி அவளைத் துரத்தினான்.

பத்தடி தொலைவிற்குள் அவள் இரண்டு மூன்று முறை திசையை மாற்றி அவனுக்குப் போக்குக் காட்டினாள். ஆனாலும் நரேந்திரன் பாய்ந்து அவளைப் பிடித்த பொழுது அவளுடைய சட்டைதான் அவன் கையில் கிடைத்தது.

சட்டையை அவன் பற்றிய வேகத்தில் அவள் அதன் பொத்தான்களை வேகமாக விடுவித்தாள்.

நரேந்திரன் கையோடு சட்டை கிழிபட்டு வர, அவள் வெறும் உள்ளாடையோடு இருளில் ஓட ஆரம்பித்தாள்.

நரேந்திரன் பாய்ந்து அவள் தோளைப் பிடித்தான். திருப்பினான். பளீர் என்று கன்னத்தில் அறைந்தான்.

அவளுடைய நினைவுகளை உலுக்கி உயிர்க்க வைக்கும் ஒரு முயற்சி.

ஆனால், நரேந்திரன் அவளை அடித்ததும் அவள் அங்கிருந்து விடுபட்டு மீண்டும் காருக்கு ஓடினாள்.

நரேந்திரன் அவளைத் துரத்திக்கொண்டு வந்தான். அவள் காரில் ஏறி காரைக் கிளப்பினாள். நரேந்திரன் தன்னுடைய இருக்கையில் ஏறி அமர்ந்தான்.

"ஜான்சி, என்ன ஆயிற்று உனக்கு? நில்.." என்றான்.

அவள் பதில் எதுவும் சொல்லாமல் டயர்கள் கதறக் கதற காரை வளைத்துத் திருப்பினாள். 'சர்ரக்' என்று பிரதான தெருவுக்கு வந்து சட்டென்று நூறு கிலோ மீட்டர் வேகத்தைத் தொட்டாள்.

நரேந்திரன் அவளைப் பிடித்து உலுக்கப் பார்த்தான்.

அவள் சட்டென்று ஒரு வளைவில் காரை 'க்ரீச்' என்று ஒலியுடன் பிரேக் அடித்து நிறுத்தினாள்.

அது ஒரு செக்போஸ்ட். இரவில் நடமாடும் வாகனங்களை பரிசோதனை செய்வதற்காக போலீஸ் அதிகாரிகள் குழுமியிருந்தனர்.

காரை நிறுத்தியவுடன் சுகிதா கதவைத் திறந்து வெளியே பாய்ந்தாள். அங்கிருந்த இன்ஸ்பெக்டரிடம் ஓடினாள்.

"இன்ஸ்பெக்டர்.. இன்ஸ்பெக்டர், தயவு செய்து என்னைக் காப்பாற்றுங்கள்.." என்று அழுகையுடன் அலறினாள்.

என்னவென்று புரியாமல் நரேந்திரன் கதவைத் திறந்து இறங்கினான்.

"வாட் ஹாப்பண்ட்..?" என்று பதறினார் இன்ஸ்பெக்டர்.

மேல் சட்டையில்லாமல் உள்ளாடையுடன் அவள் அங்கு வந்து நின்றது அத்தனை போலீஸ்காரர்களையும் பதறடிக்க செய்திருந்தது.

அவள் மிக வேகமாகப் பேசினாள்.

முகத்தை கசக்கிக்கொண்டு கண்ணீர் மல்க அவள் பேசிய வார்த்தைகள் சட்டென்று வெளியே வந்தன.

"இந்த ஆள்.. இந்த ஆள் வழியில் நிறுத்தி லிஃப்ட் கேட்டான் என்று ஏற்றிக்கொண்டேன். அவன் கையில் ஒரு துப்பாக்கி இருக்கிறது. அதைக் காட்டி என்னை மிரட்டுகிறான். என் சட்டையைக் கழற்றச் சொல்லி வற்புறுத்திக் கழற்றிவிட்டான். நகத்தால் என் தோள்களைக் கீறுகிறான். அவனுடைய இருப்பிடத்திற்கு காரை ஓட்டச் சொல்லி என்னை மிரட்டுகிறான். ஹீ ஈஸ் ட்ரையிங் டூ ரேப் மீ இன்ஸ்பெக்டர்.."

ஓவென்று அழுதுகொண்டு அவள் பேசியதைக் கேட்டு போலீஸ்காரர்கள் அத்தனை பேரும் நரேந்திரனைச் சூழ்ந்துகொண்டார்கள்.

நரேந்திரனின் கையிலிருந்து அவளுடைய மேல் சட்டையைப் பிடுங்கி அவளை நோக்கிவிட்டெறிந்தார் ஒரு இன்ஸ்பெக்டர்.

"தேங்க்யூ இன்ஸ்பெக்டர்.." அவள் அழுதுகொண்டே அந்த மேல் சட்டையை வாங்கி அவசர அவசரமாக அணிந்துகொண்டாள்.

"நான் இப்பொழுது மிகவும் அவசரமாக இருக்கிறேன். எங்கே கையெழுத்துப் போட வேண்டுமோ போட்டுவிட்டுப் போகிறேன். என்னைத் தயவு செய்து நிறுத்தி லேட் பண்ணி விடாதீர்கள்.."

"உங்கள் பெயர் சொல்லுங்கள்.." என்றார் ஒரு இன்ஸ்பெக்டர்.

"அவள் பெயர் ஜான்சி.." என்றான் நரேந்திரன்.

அவள் அதிர்ந்து திரும்பினாள்.

"ஜான்சியா..? இன்ஸ்பெக்டர் இவன் என்னவோ உளறுகிறான். என் பெயர் சுகிதா. என் டிரைவிங் லைசென்ஸ் பார்க்கிறீர்களா?"

சட்டென்று காரின் உள்ளே கைவிட்டு டாஷ் போர்டிலிருந்து அவள் டிரைவிங் லைசென்சை எடுத்துக் காட்டினாள்.

"மேடம்.. ஒரு சின்ன அட்வைஸ்.. இரவு நேரங்களில் தனியாக வரும்போது இவ்வளவு குட்டையான உடைகளை போட்டுக்கொண்டு வராதீர்கள்.."

"யெஸ்.. இன்ஸ்பெக்டர்.. தாங்க்யூ வெரிமச்"

"இவன் பெயரில் நீங்கள் கம்ப்ளெயிண்ட் கொடுக்கிறீர்களா?"

"ஆமாம் இன்ஸ்பெக்டர்.. ஆனால், இவனை அனாவசியமாக சிறைக்குள் அனுப்பி தண்டனை கொடுக்க வேண்டும் என்று எனக்கு ஆவல் இல்லை. இரண்டு தட்டு தட்டி அனுப்பிவிடுங்கள். போதும்.. வரட்டுமா..?" அவள் காரில் பாய்ந்து ஏறினாள்.

"லெட் ஹர் கோ.." என்றார் சீனியர் ஆபீசர்.

அவளுடைய லைசன்ஸ் நம்பரை குறித்துக்கொண்டார்.

அவர்களுக்கு பை சொல்லிவிட்டு சுகிதா காரைத் திருப்பினாள். விரைந்து செலுத்தினாள்.

நரேந்திரனைக் கொத்தாகப் பிடித்த ஒரு இன்ஸ்பெக்டர்.

"உன் பெயர் என்னடா நாயே..?" என்றார்.

"நரேந்திரன், ஈகிள்ஸ் ஐ.." என்றான் நரேந்திரன்.

17

"குட் ஈவினிங்.."

உற்சாகமாக வந்தது பால்ராஜின் குரல்.

நரேந்திரன் உட்கார்ந்திருந்த பெஞ்சிலிருந்த தலையை மட்டும் உயர்த்திப் பார்த்தான்.

"ஹாய் பால்ராஜ்.." என்றான் வேண்டுமென்றே குரலை பலவீனமாக்கிக்கொண்டு.

"ஈகிள்ஸ் ஐக்கு என்ன ஆயிற்று..?"

பால்ராஜ் புன்னகையோடு அவனுக்கு எதிரே வந்து உட்கார்ந்தார்.

"ஜான்சுந்தரானால் ரோட்டோரம் அடித்துப் போடப்பட்டிருக்கிறான். நரேந்திரனானால் போலீஸ் ஸ்டேஷனில் பெஞ்சில் உட்கார்ந்திருக்கிறான். ஹூம், இவன் பேரில் என்ன கேஸ்?"

"ரேப் அட்டெம்ப்ட்.." என்றார் அந்த ஸ்டேஷன் இன்ஸ்பெக்டர்.

கார்ட்டூன் படத்தில் வரும் பூனையைப் போல பால்ராஜ் சிரிப்பை அடக்க முடியாமல் கன்னங்களெல்லாம் வீங்கினார். வெடித்துச் சிரித்தார்.

"ரேப் அட்டெம்ப்ட்.. வெரிகுட்.. யாரப்பா அந்தப் பெண்?"

ஸ்டேஷன் இன்ஸ்பெக்டருக்கு ஏதோ தவறாக நடந்துவிட்டது என்று புரிந்தது.

"அரெஸ்ட் செய்ததும் உங்கள் பெயரைச் சொன்னான். அதற்காகத்தான் உங்களுக்கு ∴போன் செய்தேன்"

"நண்பா.. இவன் நரேந்திரன்.. ஈகிள்ஸ் ஐ"

"சொன்னான்.. ஈகிள்ஸ் ஐ என்றால்?"

"புதிதாக வேலைக்கு சேர்ந்திருக்கிறாய்.. அதனால் ஈகிள்ஸ் ஐ பற்றி உனக்கு தெரியவில்லை. அது ஒரு துப்பறியும் நிறுவனம். போலீசுக்குத் தொந்தரவு கொடுத்துக்கொண்டே இருக்கும் நிறுவனம். என்னைக் கூப்பிடுவதற்கு முன்னாலேயே இவனை இரண்டு தட்டு ஓங்கித் தட்டியிருக்கலாமே.."

பால்ராஜ் சிரித்துக்கொண்டே நரேந்திரனுக்கு அருகில் சென்று அமர்ந்தார். அவன் தோளைச் சுற்றி கைகளைப் போட்டு அணைத்தார்.

"இவன் எனக்கு மட்டும் நண்பனில்லை. நம் காவல்துறையின் நண்பன். கடவுள் மூக்கை மட்டும் நீளமாக படைத்துவிட்டதால் அவ்வப்பொழுது அந்த மூக்கை நாம் நடக்கும் பாதையில் நீட்டுவான். நாம் இடறி விழும்போது அவன் மூக்கைக் கொஞ்சம் நசுக்கி, நறுக்கிவிட்டால் தப்பில்லை.."

நரேந்திரன் நெளிந்தான்.

"யார் அந்தப் பெண் என்று கேட்டேனே.. என் கேள்விக்கு நீ இன்னும் பதில் சொல்லவில்லையே நரேன்?"

"சுகிதா.." என்றான் நரேந்திரன்.

"சுகிதா?"

"என் பேரில் கற்பழிப்புக் குற்றத்தைச் சுமத்தியிருப்பவள் சுகிதா.. அவளுடைய கார் லைசென்ஸ் நம்பர் வேண்டுமென்றால் இன்ஸ்பெக்டரிடம் வாங்கிக்கொள்ளுங்கள்.."

"சுகிதா! சந்தோஷின் காதலி! அவளோடு சேர்ந்து துப்பறிந்து போலிசின் வேலையை சுலபமாக்கப் போவதாக சொன்னாய். இப்பொழுது சாராய கேஸ் போல் வந்து பெஞ்சில் உட்கார்ந்திருக்கிறாய்.." என்றவர் அதிகாரியைப் பார்த்துத் திரும்பினார். "இவன் பேரில் ஏதாவது கேஸ் எழுதியிருக்கிறீர்களா?"

"இல்லை.. அந்தப் பெண் புகார் எதுவும் எழுத்துப்பூர்வமாகக் கொடுக்கவில்லை.. சும்மா இரண்டு தட்டு தட்டி இவனை அனுப்பிவிடும்படி சொல்லிற்று.."

பால்ராஜ் சிரித்தார்.

"தட்டுவதை நான் தட்டிக்கொள்கிறேன்.. இவனை இப்பொழுது நான் அழைத்துப் போகிறேன்.."

"எஸ் சார்.."

ஸ்டேஷன் இன்ஸ்பெக்டர் பால்ராஜிற்கு கைகுலுக்கி சல்யூட் அடித்து நரேந்திரனை அவரோடு அனுப்பி வைத்தார்.

18

நரேந்திரன் ஈ·கிள்ஸ் ஐ ஆபிஸை அடைந்தபோது..

அவனை வரவேற்பது போல் சுகிதாவின் கார் அங்கு நின்றிருந்தது.

நரேந்திரன் ஒரே பாய்ச்சலாக உள்ளே பாய்ந்து படிகளில் ஏறி, தன் அறையை அடைந்தான். கதவைத் திறந்தான். அறை காலியாக இருந்தது. அவனுடைய மேஜையின் மேலிருந்த இன்டர்காம் ஒலித்தது.

ஓடிப் போய் ரிசீவரை எடுத்தான்.

"நரேன்.. என்னுடைய அறைக்கு வா.." ராம்தாஸ் அழைத்தார்.

நரேந்திரன் கடிகாரத்தைப் பார்த்தான். மணி இரவு இரண்டு.. இந்த நேரத்தில் கூட ராம்தாஸ் ஆபீசில் இருக்கிறாரா?

சின்ன ஆச்சரியத்துடன் ராம்தாஸின் அறைக்கதவைத் தட்டிவிட்டுத் திறந்தான்.

ராம்தாஸிற்கு எதிரே இருந்த நாற்காலியில் அமர்ந்திருந்தாள் சுகிதா. பக்கத்தில் வைஜயந்தி.

நரேந்திரனைப் பார்த்ததும் எழுந்து வந்து அவன் கால்களை சட்டென்று தொட்டு கண்களில் ஒற்றிக்கொண்டாள்.

"ஐயாம் ஸாரி நரேன்.. நான் ரொம்ப தப்பு செய்துவிட்டேன்.."

நரேந்திரன் இரண்டடி பின்வாங்கினான்.

"என்ன ஆயிற்று..?" என்றான்.

"ராம்தாஸ் சொல்லித்தான் எனக்குத் தெரியும். உங்களை ரேப் அட்டெம்ட் என்று சொல்லி போலீஸில் மாட்டிவிட்டேனாமே.." என்றாள்.

'செய்திருப்பாய்..' என்று முணுமுணுத்து, நரேந்திரனை வம்புசெய்வதுபோல் பார்த்தாள், வைஜயந்தி.

◄ 101 ►

"உட்கார், சுகிதா.." என்றான் நரேந்திரன்.

சுகிதாவின் தோளை மூடி ஒரு ஷர்ட் போர்த்தியிருந்தது. அது பிரிந்துகொண்ட இடைவெளி வழியே பார்த்த பொழுது அவள் இன்னும் அந்தப் பழைய டாப்ஸையே அணிந்திருப்பது தெரிந்தது.

"வெல்.. என்னோடு காரில் வந்தது உனக்கு சுத்தமாக ஞாபகம் இல்லையா?"

"இல்லை நரேன்.."

"ஒரு மணி நேரத்திற்கு முன்னால் திடீரென்று தூக்கத்திலிருந்து விழிப்பது போல் விழித்தேன். கார் எங்கோ கும்மிருட்டில் நின்றிருந்தது. என்னுடைய பக்கத்து இருக்கையில் ஒரு லெதர் சூட்கேஸ். அதை எடுத்துப் போன ஞாபகமே எனக்கு இல்லை. சொல்லப் போனால் காரை எடுத்துப் போன ஞாபகம் கூட எனக்கு இல்லை.."

"அப்புறம் என் நினைவு எப்படி வந்தது?"

"என்னுடன் நரேந்திரன் தங்கியிருந்தாரே. நான் எங்கே கிளம்பிப் போயிருந்தாலும் அவரும் கூடவே வந்திருப்பாரே. அவர் எங்கே என்று மனம் தேடியது. உங்களையும் அக்கம்பக்கம் காணவில்லை. அந்த சூட்கேஸில் என்ன இருக்கிறது என்பதும் எனக்குத் தெரியவில்லை. திறக்கலாமா கூடாதா என்று வெகு நேரம் மிரட்சியுடன் யோசித்தேன். கடைசியில் மனதை ஒருவாறு சமாதானம் செய்துகொண்டு அந்த லெதர் சூட்கேஸின் தாழைத் திறந்தேன்.."

சுகிதா மூச்சிரைத்தாள். மர்மத்தைக் கூட்டுவதுபோல் சின்ன இடைவெளி கொடுத்தாள்.

"உள்ளே என்ன இருந்தது? பிணமா?" என்றான், நரேந்திரன் சற்று எரிச்சலுடன்.

"நரேன், விளையாடாதீர்கள். வீட்டிற்குத் திரும்புவதற்கு பயமாக இருந்ததால், நேரே ஈகிள்ஸ் ஐக்கு வண்டியைத் திருப்பிவிட்டேன். முதல் தடவை சந்தித்தபோது உங்களை தூக்கத்திலிருந்து எழுப்பியது நினைவுக்கு வந்தது. அப்படி நீங்கள் படுத்திருப்பீர்களோ என்று நினைத்துதான் வந்தேன். ஆனால் கதவைத் திறந்து மிஸ்டர் ராம்தாஸ்..

அர்த்த ராத்திரியிலும் ஏதோவொரு நேரத்தில் எழுப்பப்பட்டாலும் டிப்டாப்பாக உடை அணிந்து நிறுவனத்தின்

தலைவராக அவர் கண்ணியமாக நின்றது எனக்கு ஆச்சர்யத்தை கொடுத்தது. உங்களிடமிருந்து எல்லாம் நான் கற்றுக்கொள்ள வேண்டியது நிறைய இருக்கிறது.."

"விஷயத்திற்கு வா.."

"சூட்கேஸை நீங்களே திறந்து பாருங்கள் நரேன்.."

நரேந்திரன் அங்கிருந்த கிளவுஸ்களை எடுத்து அணிந்தான். நம்பர் லாக் பொருத்தியிருந்த அந்த சூட்கேஸை இரண்டு புறமும் தாழ் நீக்கித் திறந்தான். பெட்டியின் விளிம்பு வரை ரூபாய் நோட்டுகள் திணிக்கப்பட்டிருந்தன. புதியதும் பழையதுமாக இந்திய கரன்சிகள் கலப்படமாக நிரப்பட்டிருந்தன.

"மொத்தம் பன்னிரண்டு லட்சம் இருக்கிறது.." என்றார் ராம்தாஸ்.

"இது யாருடைய பணம் சுகிதா?"

சுகிதா முயல் குட்டியைப் போல மிரட்சியுடன் நிமிர்ந்து பார்த்தாள்.

"தெரியாது நரேன். இத்தனைப் பணம் எங்கேயிருந்து வந்தது? எப்படி என் காருக்குள் வந்தது, இது எதுவுமே எனக்கு ஞாபகம் இல்லை.."

"இன்ட்டரஸ்டிங்.. தாஸ், இந்த பணத்தை நாம் என்ன செய்யப் போகிறோம்?"

ராம்தாஸ் அறைக் கதவு இரண்டு முறை தட்டப்பட்டது.

"போய்க் கதவைத் திற நரேன்.."

நரேந்திரன் கதவைத் திறந்தான்.

"ஹாய் நரேன்.." என்றான் ஜான்சுந்தர்.

"மீட் மிஸ்டர் ராஜப்பா.." என்றான்.

ஜான்சுந்தரை ஒட்டி நின்றிருந்த மனிதரை அப்பொழுதுதான் கவனித்தான் நரேந்திரன்.

உருட்டையான முகம். கம்பளி குல்லா போட்டு தாடை முழுவதையும் மறைத்திருந்தார். கருப்பு கம்பளி, கோட் அணிந்திருந்தார். இடது கன்னத்து மேட்டில் பெரிய மிளகு அளவு ஒரு மச்சம் ஒட்டிக்கொண்டிருந்தது.

"யார் இது..?" என்றான் நரேந்திரன்.

"நமது நண்பர்.."

"ராஜப்பா.. நீங்கள் உள்ளே வரலாம்.."

ஜான்சுந்தர் அவரை அழைத்துக்கொண்டு ராம்தாஸின் அறைக்குள் நுழைந்தான்.

ராம்தாஸ் பரிச்சயப் புன்னகை வீசினார்.

"சுகிதா, நீ சிறிது நேரம் பக்கத்து அறைக்கு போய் இரு. வைஜ்.. அழைத்துப் போ.."

சுகிதா, புதிதாக நுழைந்தவரைப் பார்த்து சற்றுக் குழப்பமாகி எழுந்தாள். மேஜை மீது இருந்த அந்த லெதர் பெட்டியை எடுப்பதற்காக அதன் மீது அவள் கையை வைத்ததும்..

"அது இங்கேயே இருக்கட்டும்.." என்றார் ராம்தாஸ்.

வைஜயந்தியுடன் சுகிதா பக்கத்து அறைக்குள் நுழைந்து கதவைச் சாத்திக்கொண்டாள்.

நரேந்திரன் திரும்பினான்.

"மிஸ்டர் ராஜப்பா.. எதற்காக இந்தப் புதிய வேஷம்?"

அவர் கண்களில் ஆச்சரியம் தெரிந்தது.

"என்ன பால்ராஜ்.. என்னென்னவோ மேக்அப் போட்டாலும், உங்கள் சிகரெட் வாசத்தை மறைக்க முடியவில்லையே.." என்று சிரித்தான்.

"சத்தம் போடாதே.." என்பது போல சைகை காட்டினார் பால்ராஜ்.

"போலீஸ் வந்திருப்பதாகத் தெரிந்தால் சுகிதா மிரண்டுவிடுவாள்.."

ராம்தாஸ் அந்தப் பெட்டியை பால்ராஜ் பக்கம் நகர்த்தினார்.

பால்ராஜ் தலையை மேலும் கீழுமாக ஆமோதிப்பதாக அசைத்தார்.

"இதுதான் அந்தப் பெட்டி.." என்றார்.

"எனக்கு தலை முடியும் புரியவில்லை. கால் நகமும் புரியவில்லை.." என்றான் நரேந்திரன்.

"இதில் மொத்தம் பன்னிரண்டு லட்சம் இருக்கிறதா..?" பால்ராஜ் பெட்டியைத் திறக்காமலேயே வினவினார்.

"உங்களுக்கு எப்படித் தெரியும்?"

"நரேன்.. கொஞ்சம் பொறுமையாக நான் சொல்வதைக் கேள்.. இன்றைக்கு மாலை தொழிலதிபர் தன்ராஜின் கடைசிப் பையன் கடத்தப்பட்டான். பள்ளிக்கூடத்திலிருந்து அவன் வீடு திரும்பவில்லை. தன்ராஜிற்கு ∴போன் வந்தது. பையன் உயிரோடு வேண்டுமென்றால் பதினைந்து லட்சத்தைக் கொண்டுவந்து குறிப்பிட்ட ஒரு இடத்தில் கொடுக்க வேண்டும் என்று ∴போன் செய்தவன் மிரட்டினான்.

தன்ராஜ் என்ன செய்வது என்று தெரியாமல் தடுமாறினார். அவரால் பணமாக திரட்ட முடிந்ததெல்லாம் பன்னிரண்டு லட்சம்தான். அதுவே போதுமென்று அவன் ஒப்புக்கொண்டான். சென்னைக்கு ஒதுக்குப்புறமான ஒரு இடத்தில் பணத்தைக் கொண்டுவந்து ஒப்படைக்கும்படி சொல்லப்பட்டிருந்தது.

தன்ராஜ் போலீசுக்கு தகவல் கொடுத்தார்.. 'ஆனால், நான் உங்களுக்குத் தகவல் கொடுப்பது என் மகனைக் காப்பாற்றிக்கொள்வதற்காக. அவன் கேட்ட பணத்தை நான் கொடுத்து விடுகிறேன். என் மகன் என்னிடம் திரும்பி வந்ததும் அவன் மேல் என்ன நடவடிக்கை வேண்டுமோ எடுத்துக்கொள்ளுங்கள். அதற்கு முன்னால் குறுக்கிட்டு விடாதீர்கள்' என்று கெஞ்சிக் கேட்டுக்கொண்டார்.

"இந்த லெதர் பாக்சின் உள்ளே லைனிங்கைப் பிரித்துவிட்டு ஒரு கருவியை பொருத்தியிருக்கிறோம். இந்தப் பெட்டி எங்கேயெல்லாம் பயணப்படுகிறது என்பதை கண்காணித்துத் தெரிவிக்கும் டிரான்ஸ்மிட்டர் அதற்குள் பொருத்தப்பட்டிருக்கிறது. பணம் கடத்தியவன் கைக்குப் போய்ச் சேராமல் சுகிதாவின் கைக்கு எப்படி வந்தது என்பதுதான் புரியவில்லை.."

"தன்ராஜின் மகன் கிடைத்துவிட்டானா?"

"அதுதான் அடுத்த வினோதம். பணம் கைமாறினதும் இருபது நிமிடங்களில் தன்ராஜிடம் ஒப்புக்கொண்ட இடத்தில் அவரது மகனை ஒப்படைத்துவிட்டு கடத்தியவன் போய்விட்டான்..

பணத்தையும் வாங்கிக்கொள்ளாமல் அந்தப் பையனை வைத்து மேலும் சம்பாதிக்கவும் நினைக்காமல் செயல்பட்டது யார்? சுகிதா இதில் எங்கே வருகிறாள்? புரியவில்லை.."

"பால்ராஜ் இப்பொழுது இப்பணத்தை போலீசிடம் ஒப்படைத்துவிடுவதாகச் சொல்லி உங்களிடம் கொடுத்துவிடவா?"

"வேண்டாம் தாஸ்.. சுகிதாவைப் பொறுத்தவரையில் பணம் உங்களிடம் இருப்பதாகவே இருக்கட்டும். ஆனால், அவளுடைய மர்மமான நடவடிக்கைகள் உங்களை மட்டுமல்ல.. எங்களையும் குழப்புகின்றன. நரேந்திரனை கூட வரச் சொல்லி அவளே நியமித்துக்கொண்டு ரேப் அட்டெம்ப்ட் என்று அவளே போலீசில் புகார் கொடுத்திருக்கிறாள்.."

"பால்ராஜ், உங்களிடம் நான் காட்ட வேண்டியது இன்னொன்றும் இருக்கிறது.."

நரேந்திரன் தன் அறைக்குச் சென்று கைக்குட்டையை எடுத்து வந்தான். பால்ராஜிடம் கொடுத்தான்.

"தோடு.." என்றார் பால்ராஜ்.

"ஒற்றைத் தோடு.. அதுவும் சுகிதாவின் தோடு. சந்தோஷ் இறந்து கிடந்த இடத்தில் கிடந்தது.."

"ஐ ஸீ.."

"எனக்கு இன்னொரு விவரம் கூட தெரிய வேண்டும் பால்ராஜ்.. ஆகஸ்ட் ஏழு சென்னையில் யாராவது சுடப்பட்டு இறந்திருக்கிறார்களா? அது பற்றி போலீசிற்கு ஏதாவது புகார் வந்திருக்கிறதா?"

"ஆகஸ்ட் ஏழு சுடப்பட்டிருக்கலாம். ஏனென்றால் ஆகஸ்ட் ஒன்பது அன்று கூவத்திலிருந்து நாங்கள் ஒரு பிணத்தை வெளியே எடுத்தோம். அந்த பிணத்தின் கபாலத்தில் ஒரு தோட்டா பாய்ந்திருக்கிறது. மூளை சிதறி அந்த ஆள் இறந்திருந்தான். அவனை உடனடியாக அடையாளம் தெரியவில்லை. அப்புறம் ஆராய்ந்து பார்த்ததில் அவன் கூலிக்காக சிறு சிறு குற்றங்களை செய்துவிட்டு சில முறை சிறைக்கும் வந்திருக்கிறான் என்று தெரிந்தது.."

"அவன் பெயர் என்ன பால்ராஜ்?"

"அவன் பெயர் வீரமுத்து.. ஒரு பெரிய குரூப்பின் கையாளாக அவன் இருக்கக்கூடும்.."

"சந்தோஷ் சிலரைப் பற்றி தகவல் கொடுப்பவனாக இன்ஃபார்மராக இயங்கினான் என்று சொல்வீர்களே.. யார் யாரைப் பற்றி அப்படி தகவல் கொடுத்தான் என்று சொல்ல முடியுமா?"

"பேட்டை பேட்டையாக கட்டப் பஞ்சாயத்து நடத்திக்கொண்டு எல்லோருக்கும் சிம்ம சொப்பனமாக இருக்கும் சில தாதாக்கள் அவனால் பிடிபட்டிருக்கிறார்கள். அவர்களுடைய நடமாட்டங்கள் பற்றி அவன் துப்புக் கொடுத்திருக்கிறான். அதே மாதிரி அதிக அளவு போதை மருந்து கடத்தப்படுவதும், துப்பாக்கிகள், கள்ள மார்க்கெட்டில் விற்கப்படுவதும் அவனுக்குத் தெரிய வந்தால் அதைப்பற்றியும் தகவல்கள் கொடுத்திருக்கிறான்.."

"அப்படிப்பட்ட குற்றங்களில் ஈடுபட்டது யார் என்று தெரியுமா? அதைப்பற்றி சொல்ல முடியுமா பால்ராஜ்?"

"தாதாக்கள் என்று சொன்னால் முத்தப்பாவை சொல்லலாம். ரமேஷ் பற்றி சொல்லலாம். ராஜரத்தினம் பற்றி சொல்லலாம். கூவத்தில் கிடைத்தானே வீரமுத்து அவன் ராஜரத்தினத்திடம்தான் முன்பு வேலை செய்துகொண்டிருந்தான் என்று நினைக்கிறேன்.."

"ராஜரத்தினம் ஒரு தாதா.. போதை மருந்துகள் கடத்துவது?"

"போதை மருந்துகள் கடத்துவதாக நாங்கள் சந்தேகப்படுவது பங்கஜ்குமார். அவரைப் பற்றி சரியான விவரங்கள் எதுவும் எங்களுக்குக் கிடைக்கவில்லை. அரசியல் செல்வாக்கு இருக்கிறது. ஷாப்பிங் காம்ப்ளக்ஸ் இருக்கிறது. ஏதோ ஒரு வீடியோ லைப்ரரி நடத்துவதாக சட்டப் பூர்வமாகவே அவர் இயங்கிக்கொண்டிருக்கிறார். ஆனால், பின்னணியில் இதைப் போன்ற சட்ட விரோதமான காரியங்களிலும் அவர் ஈடுபட்டுள்ளதாக எங்களுக்கு ரகசியத் தகவல்கள்தான் கிடைத்துள்ளன.."

"அவ்வளவு தானா பால்ராஜ்..?"

"இல்லை.. சைபத் அன்வர்.. பம்பாயிலும், கல்கத்தாவிலும் காஷ்மீரிலும் அவ்வப்போது கார்கள் வெடிக்கின்றனவே, தியேட்டர்கள் தூள் தூளாகின்றனவே, அங்கெல்லாம் வெடிகுண்டு வைக்கும் தீவிரவாத இயக்கத்தை சேர்ந்தவன் சைபத் அன்வர். அவனுடைய நடமாட்டம் பற்றி அவனுடைய கூட்டாளிகளோ, அவனுடைய பங்காளிகளோ சில சமயம் சந்தோஷ் மூலம் தகவல்கள் அனுப்பியிருக்கிறார்கள்.

சைபத் அன்வரின் நடமாட்டத்தைப் பற்றி சந்தோஷ் சொன்ன இரண்டு முறையும் தகவல்கள் சரியாகவே இருந்திருக்கிறது. மிகக் கடைசி நிமிடத்தில் ரயில் பெட்டி வெடிப்பதையே தவிர்த்திருக்கிறோம்.."

"சுகிதா இந்த மூன்று இயக்கங்களிலும் பங்குகொண்டிருப்பாள் என்று எனக்குத் தோன்றவில்லை. அவளை வெகு நூதனமான முறையில் யாரோ பயன்படுத்திக்கொண்டிருக்கிறார்கள். அவளை அறியாமலேயே அவள் குற்றங்களுக்கு துணையாக நிற்கிறாள். கூவத்திலிருந்து எடுத்திருக்கிறீர்களே வீரமுத்து, அவன் மூளைக்குள் தோட்டாக்கள் கிடைத்ததா?"

"கிடைத்தது.."

"ஒன் மினிட்.."

நரேந்திரன் உள்ளே சென்று முக்கோணமாக மடித்த அந்த பூத்துவாலையைக் கொண்டுவந்து பால்ராஜின் முன் வைத்தான்.

"அந்தத் தோட்டா இந்தத் துப்பாக்கியிலிருந்து வெளிப்பட்டதா என்று கவனியுங்கள்.."

"என்னப்பா நீ.. அலாவுதீன் பூதம் போல ஒவ்வொரு பொருளாக எடுத்து வருகிறாய்..?"

"காரணம் இருக்கிறது பால்ராஜ்.. இந்தத் துப்பாக்கி சுகிதாவின் கைப்பையில் இருந்தது. ஆகஸ்ட் ஏழாம் தேதி தான் என்ன செய்தோம் என்று சுத்தமாகத் தெரியவில்லை என்று அவள் டைரியில் குறிப்பிட்டிருந்தாள். அதன்பின் இந்தத் துப்பாக்கி அவளிடம் வந்து சேர்ந்திருந்தது.. துப்பாக்கியை என்னிடம் அவள் ஒப்படைத்தபோது அது பயன்படுத்தப்பட்டது போல எனக்குத் தோன்றியது. இதில் நிச்சயம் கைரேகைகள் இல்லை. அப்படியே இருந்தாலும் அது சுகிதாவின் கைரேகையாகத்தான் இருக்கும் என்பது என்னுடைய யூகம்.."

"இதையெல்லாம் போலீஸில் மறைத்துவிட்டாய்.."

"இத்தனை விவரங்கள் கிடைத்தும் சுகிதாவை ஏன் கைது செய்யக் கூடாது என்று நீங்கள் கேட்டால், இன்னும் சற்றே பொறுங்கள் என்றுதான் நான் சொல்வேன்"

"வெல்.. இன்னும் ஏதாவது தகவல் கொடுக்கப் போகிறாயா?"

"இன்னும் ஒன்றே ஒன்று இருக்கிறது"

நரேந்திரன் தன் அறைக்குச் சென்று பாலிதீன் பை ஒன்றைக் கொண்டுவந்து பால்ராஜ் முன் வைத்தான்.

"இதில் என்ன இருக்கிறது?"

"ரத்தம் தோய்ந்த சட்டை. பெண்கள் அணியும் டாப்ஸ். இதில் இருக்கும் ரத்தமும், சந்தோஷின் ரத்தமும் ஒன்றா என்று சரிபாருங்கள்.."

"நரேன்.. நீ சொல்வது எல்லாம் பார்த்தால், சுகிதா வாரத்திற்கு ஒரு கொலை வீதம் செய்கிறாள் என்று தோன்றுகிறது. அவள் ஏன் தனக்கு மறதி இருப்பதாக உங்களிடம் நடித்துக்கொண்டிருக்கக் கூடாது?"

"இருக்கலாம் பால்ராஜ். போலீசில் மாட்டிக்கொண்டதும், ஜான்சி என்று சொல்லாமல் தன் பெயரை சுகிதா என்று சொல்லிக்கொண்டபோது எனக்கும் அந்த சந்தேகம் வந்தது. ஆனால், அவசரப்பட்டு எந்த முடிவிற்கும் வந்துவிட்டால், மேற்கொண்டு கிடைக்கவேண்டிய தகவல்கள் கிடைக்காமல் போய்விடுமே என்றுதான் பார்க்கிறேன்.."

"ஒரு விஷயம் என்னால் உறுதியாகச் சொல்ல முடியும். நரேந்திரன், ஜான்சுந்தர், வைஜயந்தி அத்தனை பேரையும் மீறிக்கொண்டு சுகிதா எங்கும் தப்பித்துப் போய்விட முடியாது. அவள் குற்றம் செய்தவளாக இருந்தால் உங்களிடம் கொண்டுவந்து ஒப்படைக்க வேண்டியது என்னுடைய பொறுப்பு.." என்றார் ராம்தாஸ்.

"உங்களுடைய உத்தரவாதத்தின் பேரில்தான் நான் சுகிதாவை இப்பொழுது விட்டுவிட்டுப் போகிறேன்.." பால்ராஜ் எழுந்தார்.

ராம்தாஸுடன் கைகுலுக்கினார்.

நரேந்திரன் கொடுத்த பொருட்களைத் தனியாக தன் தோள் பையில் போட்டு ஜிப் போட்டார். விடைபெற்றுக் கிளம்பினார்.

நரேந்திரன் பக்கத்து அறையின் கதவைத் தட்டினான்.

கதவைச் சற்றே திறந்து, சற்றே எட்டிப் பார்த்து வைஜயந்தியிடம், "யூ கேன் கம்.." என்றான்.

சுகிதாவின் உடல் இன்னும் சற்று நடுங்கிக்கொண்டிருந்தது.

"யார் வந்திருந்தார்கள்? என்னால் ஏதாவது பிராப்ளமா நரேன்? போலீசில் நான் ஏதாவது கேஸ் கொடுத்திருந்தாலும் அதை நானே போய் வலிய வாபஸ் வாங்கிவிடுகிறேன்.."

"எந்தக் கேஸும் எழுதப்படவில்லை. கவலைப்படாதே.. சுகிதா இந்தப் பணம் உனக்கு எப்படி வந்தது என்று தெரியவில்லை

என்று சொன்னாய்.. ஆனால், இந்தப் பணம் நிச்சயமாக உன்னுடையது இல்லை.."

"ஆமாம், மிஸ்டர் ராம்தாஸ்.."

"இந்தப் பணத்தை நாம் போலீசில் ஒப்படைத்துவிடலாம். அப்படிச் செய்தால் இந்தப் பணம் எங்கிருந்தது? எங்கேயிருந்து வந்தது? என்ற கேள்விகளுக்கு நீ பதில் சொல்ல வேண்டியிருக்கும்.."

"ஐயோ.. சத்தியமாக எனக்கு அதைப்பற்றி ஒன்றும் தெரியாதே தாஸ்.."

"அப்படியானால் இந்தப் பணத்தை நீ உன்னோடு எடுத்துப் போக விரும்புகிறாயா?"

"இல்லை தாஸ்.. இது என்னுடைய பணம் இல்லை.. எனக்கு வேண்டாம்.."

"அப்படியானால் இந்தப் பணம் பாதுகாப்பாக ஈகிள்ஸ் ஐ ஆ∴பீசில் இருக்கட்டும். இது எப்படி வந்தது என்று கண்டுபிடித்ததும் நாம் போலீசிடம் ஒப்படைப்போம்.. சரியா?"

"சரி.. அதுதான் சரி.." என்றாள் சுகிதா அவசரமாக.

"சுகிதா, இப்பொழுது கிட்டத்தட்ட விடிகாலை நான்கு மணி ஆகிறது. உன் வீட்டில் போய் நீ தூங்க வேண்டுமென்றால் போகலாம். வைஜயந்தியையும் உடன் அழைத்துப் போ. அப்படி இல்லையென்றால் ஈகிள்ஸ் ஐ ஆபீசிலேயே நீ சற்று நேரம் ஓய்வெடுத்துக்கொள்ளலாம்.."

"எனக்கு வீட்டிற்குப் போக பயமாக இருக்கிறது. இங்கேயே ஒரு அறை கிடைத்தால் இங்கேயே தூங்கிக்கொள்வேன்.."

"வெல்.. தூங்கு.. நன்றாக ஓய்வெடு.. காலை எட்டு மணிக்கு உன்னைப் பார்க்க ஒருவர் வரப் போகிறார்.." என்றார் ராம்தாஸ்.

"என்னைப் பார்க்கவா? போலீசா?"

ராம்தாஸ் வாய்விட்டுச் சிரித்தார்.

பைப்பில் புகையிலையை நிரப்பிக்கொண்டே, "போலீஸ் இல்லை.. ஆனால், இவரும் புலன் விசாரணையில் ஒரு நிபுணர்.." என்றார்.

19

காலையில் சுகிதா எட்டு மணிக்குத்தான் எழுந்தாள்.

அவளோடு படுத்திருந்த வைஜயந்தி முன்னதாகவே எழுந்து விட்டிற்குப் போயிருந்தாள்.

சுகிதா எழுந்தபின், தன்னுடைய அலுவலகத்திற்கு ∴போன் செய்தாள். முக்கியமான அதிகாரிகளிடம் பேசினாள். அன்றைக்கு அவள் வேலைக்கு வரப்போவதில்லையென்றாள். அவள் கையெழுத்து போட வேண்டிய முக்கியமான டாக்குமென்ட்களைத் தயாராக வைத்திருந்தால் மாலை நான்கு மணி போல அலுவலகத்தில் வந்து கையெழுத்து போடுவதாகத் தெரிவித்தாள்.

குளித்துவிட்டு, ராம்தாஸின் அறைக்கு வந்து சேர்ந்தாள்.

"தாஸ், என்னை பார்க்க யாரோ வரப் போவதாகச் சொன்னீர்களே.."

"இன்னும் ஐந்து நிமிடத்தில் அவர் இங்கு இருப்பார்.."

"அவர் யார் என்று நான் தெரிந்துகொள்ளலாமா தாஸ்?"

"அவரே தன்னை அறிமுகம் செய்துகொள்வார்.." தீக்குச்சியை கிழித்தபடியே தாஸ் சொன்னார்.

கதவு தட்டப்பட்டுத் திறந்தது.

வைஜயந்தி மற்றும் நரேந்திரனுடன் நுழைந்த மனிதர் சற்றுக் குள்ளமாக இருந்தார். ஐம்பதுக்கும் அறுபதுக்கும் இடைப்பட்ட ஏதோ ஒரு வயது. வயதையும் அனுபவத்தையும் எடுத்துக் காட்டும் விதமாக நரைத்த தாடி. நெற்றியில் மையமாக கேரம் போர்டு காயின் போல குங்குமப் பொட்டு.

"குட்மார்னிங் தாஸ்.." என்றார் அவர் தங்கப்பல் பளீரிட..

"குட்மார்னிங் அருண்மொழி.." என்றார் ராம்தாஸ்..

"இவள்தான் சுகிதா.."

"சுகிதா இவர் டாக்டர் அருண்மொழி.. பீட்டர் ரகுநாதனைப் போல இவரும் ஒரு சைக்கியாட்ரிஸ்ட்.."

சுகிதாவின் கண்களில் அச்சம் குடி வந்தது.

"கவலைப்படாதே.. உன்னைப் பைத்தியம் என்று நினைத்து நான் இவரை அழைக்கவில்லை.. உனக்கே தெரியாமல் உனக்குள் ஒளிந்துகொண்டிருக்கும் அந்த இன்னொருத்தியைப் பற்றி சில விவரங்களையாவது சேகரிக்க வேண்டுமென்றுதான் நான் இவரை இங்கு வரச் சொன்னேன்.."

"அதுதான் பீட்டர் ரகுநாதனிடம் ஏற்கெனவே போய்க்கொண்டிருக்கிறேனே.."

"ஆனால், அவர் கொடுத்துள்ள தகவல்கள் போதாது. அவருடைய முயற்சி ஒரு புறம் இருக்கட்டும். இவர் என்னுடைய தனிப்பட்ட அழைப்பின் பேரில் வந்திருக்கிறார். தயவு செய்து நீ ஒத்துழைக்க வேண்டும்.."

"நீங்கள் எது சொன்னாலும் கேட்கிறேன் ராம்தாஸ்.."

"இன்னொரு விஷயம்.. நீ இரவில் ஈகிள்ஸ் ஜயில் வந்து தங்கியிருந்தது யாருக்கும் தெரிய வேண்டாம் என்று தோன்றுகிறது. அதனால் உன்னுடைய காரை எடுத்துப் போகச் சொல்லிவிட்டேன். நோ பார்க்கிங் பகுதியில் நின்றிருந்த உன்னுடைய காரை போலீஸ் வேன் கொக்கி வைத்து எடுத்துப் போய்விட்டது. நாளைக்கு அதை மீட்டுக்கொள்ளலாம். அதற்குள் உனக்கு அவசரமென்றால் எங்களுடைய காரைப் பயன்படுத்திக்கொள்ளலாம்.."

"தேங்க்ஸ்.."

"இங்கிருந்து நீ வெளியேறிய பின்னால் உன்னுடன், உன் உயிருடன் விளையாடிக்கொண்டிருப்பவர்கள், ஈகிள்ஸ் ஜக்கு நீ வந்தது தெரிந்தால் உன்னைக் குழப்புவதற்கு முயற்சி செய்வார்கள். அப்பொழுதெல்லாம் நீ உறுதியாக இருக்க வேண்டும்.. அதற்கு ஒரு முன்னோடியாகத்தான் உன்னை டாக்டர் அருண்மொழியிடம் சில மணி நேரங்கள் ஒப்படைப்பது என்று தீர்மானித்தேன். அவர் சொல்வதற்கெல்லாம் நீ சம்மதித்தால் போதும்.. நிச்சயம் ஈகிள்ஸ் ஜயால் உனக்கு அதிகம் உதவ முடியும்.."

"ஷ்யூர்.." என்றாள், தயக்கத்துடன்.

"டாக்டர் நீங்கள் கெஸ்ட் ரூமை பயன்படுத்திக்கொள்ளலாம்.." என்றார் ராம்தாஸ்.

சுகிதா சற்றே மிரட்சியுடன் ராம்தாஸையும் டாக்டரையும் மாறிமாறிப் பார்த்தாள். வைஜயந்தி அவள் அருகில் வந்து அவள் தோளை அணைத்து எழுப்பினாள்.

"கம்.. பயம் வேண்டாம்.." என்றாள்.

ஈகிள்ஸ் ஜயின் கெஸ்ட் ரூம் சற்றே மாற்றி அமைக்கப்பட்டிருந்தது. நடு மையமாக ஒற்றைக் கட்டில்.. அதில் வெள்ளை விரிப்பு.. கட்டிலை ஒட்டி சற்று உயரமான ஒரு நாற்காலி.. ஜன்னல்கள் எல்லாவற்றிலும் திரைகள் மூடியிருந்தன. அறையின் வலது கோடியிலிருந்து நீல நிறத்தில் அமைதியான விளக்கு எரிந்தது.

வைஜயந்தி, சுகிதா இருவரும் நுழைந்தபொழுது நரேந்திரனும் அந்த அறையின் உள்ளேயிருந்தான்.

"ஹாய் சுகிதா.. நீ இறுக்கமாக இருக்கக் கூடாது.. ரிலாக்ஸ்.."

சுகிதா, நரேந்திரனைப் பார்த்து வசீகரமாக புன்னகை பூத்தாள்..

"நீங்களும் இங்கே இருப்பீர்கள் என்றால் நான் நிச்சயமாக இறுக்கமாக இருக்க மாட்டேன்.."

கட்டிலில் ஏறி படுத்துக்கொண்டாள்.

டாக்டர் அருண்மொழி கட்டிலை ஒட்டியிருந்த நாற்காலியில் ஏறி அமர்ந்தார்.

"சுகிதா.. நான் உன்னுடைய நண்பன். இதற்கு முன் நாம் சந்தித்ததில்லை.. ஆனால், நான் உன்னுடைய நெடுநாளைய நண்பன். நான் சொல்வது எல்லாமே உன்னுடைய நல்லதிற்காகத்தான். என்னிடம் எந்த விஷயத்தையும் மறைக்க வேண்டும் என்று உனக்குத் தோன்றாது.. நாம் இப்போது உரையாடப் போகிறோம்.. கண்களை மெல்ல மூடிக்கொள்.."

சுகிதா கண்களை மூடிக்கொண்டாள்.

"சுகிதா, இப்பொழுது உன் கவனத்தை நெற்றிப் பொட்டில் வை..

கவனத்தைக் கொஞ்சம் கொஞ்சமாக கீழே இறக்கிக்கொண்டே வா.. உன்னுடைய மூக்கு.. உதடுகள்.. முகவாய்.. கழுத்து என்று ஒவ்வொரு புள்ளியாக உன்னுடைய கவனம் இறங்க இறங்க அந்த இடத்தில் இருக்கும் உன் தசைகள் தளர்ந்துகொள்ளட்டும்.

கவனத்தை இப்பொழுது இரண்டு தோள்களிலும் செலுத்து.. இறுக்கமாக இருந்த உன் தோள்கள் தளர்ந்துகொள்கின்றன..

கவனம் இப்பொழுது கைகளில் இருக்கட்டும். பார், உன் கைகள் இப்பொழுது மிகவும் ரிலாக்ஸ்டாக இருக்கின்றன..

அப்படியே நெஞ்சுக்கூடு, வயிறு, இடுப்பு என்று உன்னுடைய உடலில் முக்கியமான பகுதிகளை தளர்த்திக்கொள்..

இப்பொழுது தொடை, முழங்கால், ஆடுசதை, கணுக்கால், உள்ளங்கால், விரல் நுனிகள் வரை ஒவ்வொரு பகுதியும் தளர்ந்திருக்கிறது.."

டாக்டர் அருண்மொழி சொல்லச் சொல்ல சுகிதாவின் உடலில் கண்ணுக்குத் தெரியாமல் காற்று நுழைந்தாற்போல் சின்ன சின்ன அசைவுகள். அவள் முகத்தில் இறுக்கம் குறைந்து அமைதியான புன்னகை.

"சுகிதா, இப்பொழுது உனக்கு என்னுடைய குரலைத் தவிர வேறு ஒன்றும் கேட்கவில்லை. இந்த அறையில் ஒலிக்கும் ஏர் கண்டிஷனரின் சப்தம், டேப் ரிக்கார்டர் இயங்கும் ஒலி.. பேப்பர்களைப் புரட்டும் சப்தம்.. எதுவுமே உனக்குக் கேட்கவில்லை.

இப்பொழுது நானும் நீயும் மட்டும் தனியே இருக்கிறோம். நம்மைச் சுற்றிலும் இருக்கும் நாற்காலிகளும், மேஜைகளும் சுவர்களும் கரைந்துவிட்டன. நானும் நீயும் எல்லையில்லாத பிரபஞ்சத்தில் மிதந்துகொண்டிருக்கிறோம். இந்த நிமிடத்தில் உனக்கு என்னிடம் பேச வேண்டும் என்று தோன்றுகிறது.. பேசு.."

சுகிதாவின் உதடுகள் மெல்ல அசைந்தன.

"என்னைக் காப்பாற்றுங்கள்.. ப்ளீஸ் ஹெல்ப் மீ.." என்ற வார்த்தைகள் சற்று நடுக்கத்துடன் சுகிதாவிடமிருந்து ஒலித்தன.

டாக்டர் அவளுடைய நெற்றியை மெல்ல வருடிக் கொடுத்தார்

"உன்னைக் காப்பாற்றப் போகிறேன்.. உன்னுடைய கவனத்தை பின்னால் பின்னால் பின்னால் எடுத்துப் போ.. காலண்டர்களில் தேதிகள் குறைந்துகொண்டே வருகின்றன. இதோ இன்றைக்கு

ஆகஸ்ட் ஏழு.. காலண்டரில் தேதியை கிழித்திருக்கிறாய்.. பார்த்தால் ஆகஸ்ட் ஏழு.. உன் பெயர் என்ன?"

சுகிதாவின் முகத்தில் சர்ரென்று ஒரு இறுக்கம் வந்தது..

"என் பெயர் ஜான்சி"

அவளுடைய குரலிலேயே ஒரு மாற்றம் இருந்தது..

"ஜான்சி.. நீயும் நானும் நண்பர்கள்.. நம்மைத் தவிர இந்த இடத்தில் வேறு யாரும் இல்லை. ஜான்சி உன்னைப் பற்றி நிறைய தெரிந்துகொள்ள வேண்டுமென்று எனக்கு விருப்பமாக இருக்கிறது. சொல்லேன்.. யார் நீ?"

"யார் நான்? என் பெயர் ஜான்சி.."

"ஜான்சி.. ஆகஸ்ட் ஏழு பற்றி முதலில் சொல்.."

சுகிதாவின் உதடுகள் சற்று நடுங்கிவிட்டு விறைப்பாயின. அவளுடைய மிருதுவான குரல் தேய்ந்து அந்த இடத்தில் கனமான சற்று முரட்டுத் தனமாக ஒரு குரல் ஒலிக்க ஆரம்பித்தது.

20

"**கி**ணிகிணி" என்று அலாரம் அடித்து நான் கண் திறந்தபொழுது காலை மணி எட்டு காலண்டரில் தேதி ஆகஸ்ட் ஏழு..

"ஹே பேபி, எத்தனை நேரம் தூங்குவாய்..?"

குரல் கேட்டு புரண்டு பார்த்தேன். பாத்ரூம் வாசலில் ஜோ நின்றிருந்தான். முகம் முழுவதும் ஷேவிங் நுரை. கிருஸ்துமஸ் தாத்தா போல தெரிந்தான். சிரித்தேன்.

"என்ன சிரிக்கிறாய்?"

சொன்னேன்.

"கிறிஸ்மஸுக்கு இன்னும் நான்கு மாதங்கள் இருக்கின்றன. ஆனால், கொண்டாடுவதற்கு இன்னும் நான்கு மணி நேரங்களே இருக்கின்றன.." என்றான் ஜோ.

"என்ன சொல்கிறாய் ஜோ..?"

"ஜான்சி.. நீ எழுந்திரு. குளித்து தயாராக வேண்டும். சில நண்பர்களை நீ சந்திக்கப் போகிறாய்.."

"இந்த அறை புதிதாக இருக்கிறதே. எங்கே இருக்கிறோம்.. ஜோ..?"

"பெங்களூர்.." என்றான்.

திரையை விலக்கி பெரிய கண்ணாடி ஜன்னலுக்கு வெளியே பார்வையைச் செலுத்தினேன்.

பெங்களூர் நகரத்தின் போக்குவரத்து பரபரப்பாயிருந்தது.

"எத்தனை நாட்களாக இங்கே இருக்கிறோம்?"

"நேற்று இரவு சென்னையிலிருந்து புறப்பட்டோம். இன்று இரவு சென்னைக்கு திரும்பப் போகிறோம். இங்கு ஒரே நாள் வேலை.." என்றான்.

நான் கட்டிலருகிலிருந்த மேஜையிலிருந்து சிகரெட் பாக்கெட்டை எடுத்தேன். உதடுகளில் பொருத்தினேன். பற்ற வைத்தேன். ஆழமாக உறிஞ்சினேன். நிக்கோடின் கலந்த அந்தப் புகை நெஞ்சுக் கூட்டிற்குள் நஞ்சாக பரவியபோது சுகமாக உணர்ந்தேன். சிகரெட்டைப் புகைத்துக்கொண்டே அந்த அறையை மெல்ல வலம் வந்தேன்.

ஆஞ்சயரக் கண்ணாடியைக் கடந்தபோது என்னை நானே பார்த்துக்கொண்டேன். மெலிதான நைட்டியில் இருந்தேன். உள்ளாடை போடாமல் வளைவுகள் அப்பட்டமாக வெளியே தெரிந்தன. ஜோ பார்க்கிறானே என்று எனக்கு வெட்கமாக இல்லை. ஜோ பார்க்காமல் வேறு யாருக்காக இந்த வளைவுகள்?

சிகரெட்டைப் புகைத்துக்கொண்டே புதிய டூத் பிரஷ்ஷையும் பேஸ்ட்டையும் எடுத்துக்கொண்டேன். அலமாரியினுள்ளிலிருந்து டவலையும் உருவிக்கொண்டேன். பாத்ரூமிற்குள் நுழையும்போது ஜோ ஷேவிங்கை முடித்திருந்தான். என் இடுப்பைப் பிடித்து இதழ்கள் பதித்தான்.

அவனுடைய ஷேவிங் சோப்புடைய வாசம் எனக்குள் கிறக்கத்தை ஏற்படுத்தியது.

"ராட்சசி, கடிக்காதே.." என்றான்.

சிரித்து அவனை உதறினேன்.

"நாம் சேர்ந்து குளிக்கப் போகிறோமே.." என்றான்.

"இல்லை.. தனித்தனியே.." என்று செல்லமாக அவனைத் தள்ளி வெளியே அனுப்பினேன். பாத்ரூம் கதவைத் தாளிட்டேன்.

"ஜோவை நான் எப்பொழுது சந்தித்தேன்? கிட்டத்தட்ட அறுபது நாட்கள் இருக்கலாம். சென்னையில் கிண்டியில் இருக்கும் ஐந்து நட்சத்திர ஹோட்டலில்தான் முதன் முதலில் அவனைப் பார்த்தேன். தன்னந்தனியாக டிஸ்கோ கிளப்பில் நான் இடுப்பை வளைத்து நடனம் ஆடிக்கொண்டிருந்தபோது அந்த இடுப்பில் கை போட்டு வளைத்தவன் இந்த ஜோ.

ஜோவைப் பார்த்தால் எந்தப் பெண்ணுக்கும் மயக்கம் வரும். ஆறடி உயரம். மயக்கும் நீலமான விழிவெட்டங்கள். அடர்த்தியான மீசை. முகவாயை மட்டும் மூடும் சிறிய குறுந்தாடி. டி ஷர்ட்டின் துணியை மீறி புலப்படும் வலுவான தசைகள்..

"ஹேய் பேபி.." என்றான்.

என்னை ஜான்சி என்று அழைப்பதைவிட பேபி என்று அழைப்பதில்தான் அவனுக்குப் பிரியம் அதிகம். அதற்கு முன் நான் சிகரெட் பிடித்துப் பழகியதில்லை. ஜோவுடன் கடற்கரையில் உட்கார்ந்திருந்த ஒரு சந்தர்ப்பத்தில்தான் சிகரெட்டைக் கொடுத்து பற்ற வைத்தான்.

தொண்டையில் கமறி நான் இருமியபோது, 'மெல்ல மெல்ல மூச்சை இழுப்பது போல அந்தப் புகையை இழு.. மூச்சுக்காற்றோடு மெதுவாக அது உன் நுரையீரல்களை நிரப்பட்டும்.. இப்பொழுது மெல்ல மூச்சுக்காற்றோடு வெளியேவிடு..' என்று சிகரெட்டின் ஆரம்பப் பாடத்தையே அவன்தான் எனக்கு சொல்லிக் கொடுத்தான்.

அவன் தரும் வட்டமான சிறிய மாத்திரையை நாக்குக்கு அடியில் வைத்துக்கொண்டால் தலையில் ராக்கெட்டுகள் பறக்கும்.

ஜோ ஒரு சாதாரணன் அல்ல. எனக்குப் பல புதிய உலகங்களை அறிமுகப்படுத்திய மேஜிஷியன்.

ஜோவுக்கும் எனக்கும் காதலா? தெரியாது.

ஜோவும் நானும் கல்யாணம் செய்துகொள்ளப் போகிறோமா தெரியாது. ஆனால், ஜோ கூப்பிட்டால் எங்கு வேண்டுமானாலும் போவேன். எப்படி வேண்டுமானாலும் போவேன். எப்படி வேண்டுமானாலும் இருப்பேன்.

குளித்து முடித்து நான் வெளியே வந்தபோது எனக்கான உடைகளை ஜோ தேர்வு செய்திருந்தான்.

பாதித் தொடைவரை கவ்விப் பிடிக்கும் ஒரு நைலான் பேண்ட். அதன் மீது இடுப்பில் கட்டிக்கொள்வதற்காக மெலிதான ஒரு ஸ்கர்ட்.. மேலே தகதகக்கும் ஒரு டாப்ஸ்..

"ஜான்சி, இந்த உடையில் நீ ரஷ்ய தேவதையைப் போல இருப்பாய்.."

"எனக்கு இன்று என்ன வேலை ஜோ..?"

"நாம் இன்று ஒரு ஹோட்டலுக்குப் போகிறோம்"

"சேர்ந்தா?"

"இல்லை. தனித்தனியாக.. அங்கே என்னைத் தெரிந்ததாக நீ காட்டிக்கொள்ளக் கூடாது. உனக்கு முன்னாலேயே நான் போய்

அங்கு டேபிளிலில் அமர்ந்திருப்பேன். நான் உட்கார்ந்திருக்கும் மேஜையிலிருந்து தள்ளி, வேறு ஒரு மேஜையில் நீ அமர்ந்துகொள். அங்கே யாரைச் சந்திக்க வேண்டும் என்று உனக்கு ஒரு சீட்டு அனுப்புவேன். அவனைப் பார்த்து சந்தித்து பேசி நம்முடைய அறைக்கு அழைத்து வருவது உன்னுடைய பொறுப்பு. மற்றவற்றையெல்லாம் காரில் போகும்போது நான் சொல்கிறேன்.."

நான் ஜோவைப் பாய்ந்து கழுத்தைக் கட்டிக்கொண்டேன்.. "யூ லுக் ஸோ ஹாண்ட்சம்.." என்றேன்.

"இந்தா உடுத்திக்கொள்.." என்று உடைகளை என் மீது எறிந்தான்.

ஜோ குறிப்பிட்ட ஹோட்டலில்..

எனக்காக ஒரு இட்டாலியன் பிட்ஸாவை ஆர்டர் செய்து ஓரமாக அதை நான் கடித்துக்கொண்டிருந்த பொழுது ஜோவின் மேஜையிலிருந்து ஒரு குறிப்பு வந்து சேர்ந்தது.

உன்னுடைய வலதுபுறம் நீலச்சட்டை போட்டிருப்பவன்.. அவ்வளவுதான்.

மெல்ல திரும்பினேன். வலதுபுறம் இரண்டு மூன்று டேபிள்கள் தாண்டி நீல நிற முழுக்கை சட்டை அணிந்து ஒரு இளைஞன் அமர்ந்திருந்தான். அவனுக்கு முப்பது வயது இருக்கலாம். ஆங்கில சினிமாக்களில் பார்ப்பது போன்ற திருத்தமான முகம். ஏதோ ஒரு பழச்சாறை ரசித்து ரசித்து உறிஞ்சிக்கொண்டிருந்தான். பேரரைக் கூப்பிட்டேன். என் பிட்ஸாவை அந்த மேஜைக்கு மாற்றிவிடுங்கள் என்றேன். எழுந்து அவன் எதிரில் போய் நின்றேன்.

"குட் மார்னிங்.." என்றேன் வசீகரமாக அவனைப் பார்த்துப் புன்னகைத்து.

நிமிர்ந்தான்.

"குட் மார்னிங்.." என்றான்.

என்னுடைய அழகு அவனை அதிரடித்தது என்பதை அவன் கண்களில் பார்க்க முடிந்தது.

"ஐயாம் ஜான்சி"

"என் பெயர் சீனிவாசன்.." என்றான்.

"நான் இங்கே உட்காரலாமா?"

"பை ஆல் மீன்ஸ்.."

அவன் எதிரில் அமர்ந்தேன்.

"சீனு எனக்குத் தனிமை பிடிக்காது.. பெங்களுரூக்கு என் தோழியுடன் வந்தேன். காலை வரை ஒன்றாகத்தான் இருந்தோம். அவள் பாய் :பிரண்டைப் பார்த்ததும் என்னைக் கழற்றிவிட்டு அவனுடன் சினிமாவுக்கு ஓடிவிட்டாள். தனியாக உட்கார்ந்து பிட்ஸா சாப்பிடுவதில் என்ன சுவாரஸ்யம் இருக்க முடியும்?. அதனால்தான் உங்களைத் தொந்தரவு செய்கிறேன்.."

"நோ.. நோ.. இட்ஸ் மை ப்ளஷர்.." என்றான்.

"உங்களுக்குத் தனிமை பிடிக்குமா?"

"இல்லை.." என்றான். "நானும் என் நண்பனுக்காகத்தான் காத்துக்கொண்டிருக்கிறேன். நான் விமானத்தில் வந்துவிட்டேன். அவன் ரயிலில் பாம்பேயிலிருந்து வந்துகொண்டிருக்கிறான். இருவரும் மதியம் சந்திப்பதாக ஏற்பாடு. காலைப் பொழுதை எப்படி செலவழிப்பது என்று தெரியாமல் இந்த ரெஸ்ட்டாரண்ட்டிற்கு வந்தேன்.." என்றான்.

அவனுடைய கண்களில் ஆர்வம் இருந்தது.

"இ:ப் யூ டோன்ட் மைன்ட்.. மார்னிங் ஷோ சினிமாவிற்கு நாம் சேர்ந்து போகலாமா..?" என்று கேட்டான்.

கேட்டபோது கண்களில் சபலம் இருந்தது.

"சினிமாவா? சினிமாவை நான் அதிகம் ரசிப்பதில்லை சீனு. இரண்டு நண்பர்கள் சேர்ந்து பார்க்க வேண்டியது சினிமா அல்ல.."

"ஏன் அப்படிச் சொல்கிறீர்கள்?"

"நண்பர்கள் என்றால் ஒருவர் முகத்தை இன்னொருவர் பார்த்து வார்த்தைகளைப் பரிமாறிக்கொள்ள வேண்டும்.. எங்கோ இருட்டான ஒரு தியேட்டரில் பக்கத்துப் பக்கத்து சீட்டில் உட்கார்ந்து வேறு யாரோ வெளிச்சமிட்டு காட்டும் கதையை வேடிக்கை பார்ப்பதில் நட்பிற்கு என்ன அவசியம் இருக்கிறது.. நாம் சினிமாவில் போய் நம் நேரத்தை வீணடிக்க வேண்டுமா..?" மயக்கும் குரலில் கேட்டேன்.

"வேறு என்ன செய்யலாம்..?" என்றான்.

"உங்களுக்கு சீட்டாடத் தெரியுமா?"

"ரம்மி.." என்றான்.

"எனக்கும் தெரியும். பக்கத்தில்தான் என் அறை இருக்கிறது. அங்கு போய் கொஞ்ச நேரம் சீட்டாடிக்கொண்டிருப்போமே..?"

என்னுடைய வசீகரமான புன்னகை அவனை மேலே யோசிக்கவிடவில்லை.

"ஓய் நாட்..?" என்றான்.

அவனுடைய முகத்தில் ஒரு பரபரப்பு வந்து தொற்றிக்கொண்டது. தானாக வலிய வந்து ஒரு பெண் அமர்வதும் தன்னுடைய அறைக்கு அழைப்பதும் அவனுக்கு கிளுகிளுப்பாக இருந்திருக்க வேண்டும்.

அதற்கப்புறம் அவன் பழச்சாற்றை உறிஞ்சிய வேகமே தனி.. பிட்சாவை பாதி சாப்பிட்டுவிட்டு மிச்சத்தை வைத்தேன்.

பேரரை கூப்பிட்டு இரண்டுக்குமான பில்லை நானே செட்டில் செய்தேன். அவன் பில்லைப் பிடுங்கி, தானே கொடுக்க முயன்றபோது தடுத்தேன்.

"டாக்சியில் போகலாமா..?" என்றான்.

"வேண்டாம்.. என்னுடைய கார் இருக்கிறது"

பார்க்கிங்கில் நிறுத்தியிருந்த காரில் இருவரும் ஏறினோம். கார் ஹோட்டலைவிட்டு வெளிப்படும்பொழுது ரியர் வியூ மிர்ரரில் பார்த்தேன். ஜோ எங்களை மோட்டார் சைக்கிளில் பின்தொடர ஆரம்பித்திருந்தான்.

என்னுடைய அறைக்குள் நுழைந்ததும் நான் கதவைச் சாத்தினேன். ஏர் கண்டிஷனை இயக்கினேன். மேஜை டிராயரிலிருந்து சீட்டுக்கட்டுகளை எடுத்து கட்டிலின் மீது போட்டேன். ஏன்?

நாற்காலியில் உட்கார்ந்துதான் விளையாடப் போகிறோம் என்று அவன் நினைத்திருந்தால் இல்லை இல்லை கட்டிலில் என்று அவனுக்கு சபலத்தை உண்டாக்கத்தான்..

அவனுடைய கைவிரல்களில் லேசான நடுக்கம் இருந்தது.

"இந்தப் பையை தோள்களிலேயேதான் அணிந்திருப்பீர்களா..?" என்றேன்.

"நோ.. நோ.." என்று தோளின் குறுக்கே பட்டையாக மாட்டியிருந்த அந்த லெதர் பையை விலக்கி எடுத்தான். கட்டிலிலேயே ஒரு ஓரமாக வைத்தான்.

"என்ன பந்தயம்..?" என்றான்.

"நீங்கள் ஜெயித்தால் உங்களுக்கு நான் முத்தம் தர வேண்டும்.. நான் ஜெயித்தால் எனக்கு நீங்கள் முத்தம் தர வேண்டும்.."

பந்தயம் அவனுக்கு மிகப் பிடித்திருந்தது.

சீட்டுக்களை கலைத்துப் போட்டான்.

எனக்கு ரம்மியாடி பழக்கமில்லை. இறக்கிய ஒவ்வொரு சீட்டுமே தப்பாக இருந்தது. அது அவன் முகத்தில் புன்னகையை வரவழைத்தது.

நேரம் ஆகிக்கொண்டேயிருந்தது. இன்னும் எத்தனை நேரம் நான் இவனோடு விளையாடிக்கொண்டிருக்க வேண்டும்? சீக்கிரம் வாயேன் ஜோ..

நான் நினைத்துக்கொண்டவுடன் அறைக்கதவின் வெளியிலிருந்து சாவி நுழைக்கப்படும் சத்தம் கேட்டது. குமிழ் திறக்கப்படும் சின்ன கிளிக் சத்தம் கேட்டதும் சீனிவாசன் திடுக்கிட்டு எழுந்தான்.

கதவைத் திறந்து ஜோ நுழைந்தான்.

நானும் அவனும் மட்டும் தனியே இருக்கிறோம் என்ற நினைப்பு கலைந்ததும் சீனிவாசனின் கண்களில் கலக்கம் வந்தது.

"ஹாய் ஜோ.." என்றேன்.

"சீனு இது ஜோ.. என் நண்பன்"

"ஜோ.. இது சீனு.. என்னுடைய நண்பன்"

"ஹாய்.." என்றான் ஜோ வெகு இயல்பாக.

அதே இயல்புடன் சீனுவால் பதிலுக்கு ஹாய் சொல்ல முடியவில்லை.

சின்ன தடுமாற்றத்துடன் குரல் எழும்பாமல் ஹாய் என்றான். ஜோ நீட்டிய கையை வலுவில்லாமல் பிடித்துக் குலுக்கினான்.

"நானும் ஆட்டத்தில் சேர்ந்துகொள்ளலாமா?"

"சேர்ந்துகொள்ளலாம். ஆனால் அடுத்த ஆட்டத்திலிருந்துதான். பந்தயம் என்ன என்பதையும் தெரிந்துகொள்.." என்றேன்.

சீனிவாசனின் முகத்திலிருந்த சந்தோஷமெல்லாம் கரைந்து போய் அங்கே கலக்கம் வந்துவிட்டது.

யார் அந்த ஜோ என்று அவன் மூளைக்குள் குளவிகள் கொட்டிக்கொண்டிருப்பது தெளிவாக தெரிந்தது.

"என் பிஸினஸ் கார்டைத் தருகிறேன்.." என்று ஜோ தன் பாண்ட் பாக்கெட்டிற்குள் கையைவிட்டான். கையை வெளியே எடுத்து சீனிவாசனின் முகத்தில் நீட்டினான்.

அவன் கையில் இருந்தது விசிட்டிங் கார்டு இல்லை. மயக்க மருந்து தெளிக்கும் சின்ன ஸ்ப்ரே என்பதை சீனிவாசன் உணரும் முன் அவன் முகத்தில் அந்த வெள்ளை ஸ்ப்ரே விசிறப்பட்டது.

சீனிவாசன் அங்கேயே மயக்கமாகி விழுந்தான்.

"வாட் ஈஸ் ஹாப்பனிங் ஜோ..?" என்றேன்.

ஜோ கட்டிலிருந்த சீட்டுகளை கலைத்து நகர்த்தினான். சீனிவாசனின் தோள் பையை எடுத்தான். அதன் பூட்டை திறக்க முடியாமல் சற்று சங்கடப்பட்டான். பின் தன்னிடமிருந்த பெரிய கத்தி எடுத்து அந்த லெதர் பேக்கை குறுக்கில் கிழித்துத் திறந்தான். உள்ளேயிருந்து கொட்டிய பல பொருட்களைக் கலைத்துத் தேடினான். ஒரு சதுரமான பாலிதீன் பைக்குள் சில சி.டி.க்கள் இருந்தன. அவற்றை எடுத்தான்.

"இதுதான்.. இதுதான்.. இவனிடமிருந்து நமக்குத் தேவை.."

"ஜோ.. அவனை அழைத்துக்கொண்டு நான் ஹோட்டலுக்கு வருவதை சிலர் பார்த்திருப்பார்களே.."

"பார்த்திருக்கட்டும்.. இந்த அறையே உன் பெயரில்தான் எடுக்கப்பட்டிருக்கிறது. நானே உன்னுடைய விருந்தாளியாகத்தான் வந்தேன்.."

"இவனை என்ன செய்யப் போகிறோம்..?"

"இங்கேயே விட்டுவிட்டு நாம் இடத்தைக் காலி செய்யப் போகிறோம்.."

அடுத்த அரை மணி நேரத்தில் சீனிவாசனின் இரண்டு கைகளையும் அவன் முதுகுக்குப் பின்னால் வைத்துக் கட்டினான்.

கால்களையும் சேர்த்துக் கட்டினான். இதையெல்லாம் செய்யும் பொழுது ஜோ தன் கைகளில் கிளவுஸ் அணிந்திருந்தான்.

"ஜான்சி, அங்கேயிருக்கும் கத்தியை எடு.." என்றான்.

மேஜை மீதிருந்த கத்தியை எடுத்தேன்.

"இங்கே வெட்டு.." என்று கயிற்றைக் காண்பித்தான்.

நான் கத்தியை அழுத்திப் பிடித்துக்கொண்டு கயிற்றை தேய்த்து தேய்த்து வெட்டினேன். கயிறு கனமாக இருந்தது.

சீனிவாசனை கட்டிலில் புரட்டிவிட்டு,

"கம்.. லெட்ஸ் கோ.." என்றான் ஜோ.

கத்தியை டேபிள் மேல் வைத்துவிட்டு எங்களுடைய பொருட்களைப் பெட்டியில் திணித்துக்கொண்டேன்.

இருவரும் தனித்தனியாக வெளிப்பட்டோம். லிப்ட்டுகளில் இறங்கினோம்.

"நீ கீழே போய் காத்திரு.. நான் வருகிறேன்.." என்றான் ஜோ.

காரில் ஏறி அமர்ந்ததும்தான் என்னுடைய வாட்ச்சை பாத்ரூமிலேயே வைத்துவிட்டு வந்தது நினைவுக்கு வந்தது. லிஃப்ட் பிடித்து மேலே வந்தேன். அறைக் கதவு பூட்டப்பட்டிருந்தது. என்னிடம் இருந்த சாவியால் அறைக் கதவைத் திறந்தேன். திடுக்கிட்டேன்.

கட்டிலில் கிடந்த சீனிவாசனின் மேல் ஜோ ஒரு மிருகம் போல் அமர்ந்திருந்தான். அவனுடைய கையில் கத்தி. சீனிவாசனின் கழுத்தை அது வெட்டியது. குபுக் குபுக் என்று ரத்தம் கொப்புளித்து அந்த மெத்தையை நனைத்துக்கொண்டிருந்தது.

அலறுவதற்காக நான் வாயைத் திறந்தபோது ஜோ பாய்ந்து வந்து என் வாயை பொத்தினான்.

"முட்டாள்.. கத்தாதே.. கத்தியில் இருப்பது உன் கை ரேகை.."

இப்பொழுதுதான் கவனித்தேன். ஜோ கையில் கிளவுஸ் அணிந்திருந்தான். கயிற்றை அறுப்பதற்காக அந்தக் கத்தியை இறுக்கமாகப் பிடித்திருந்ததில் என்னுடைய விரல் ரேகைகள் பதிந்திருப்பதை உணர்ந்தேன்.

"ஜோ ..என்ன இது"?

"என்னை இப்பொழுது எதுவும் கேட்காதே.. இங்கே நின்றால் உனக்குத்தான் ஆபத்து.. வா.."

கத்தியை கட்டிலின் மேல் வீசிவிட்டு ஜோ என்னை இழுத்துக்கொண்டு வெளியேறினான்.

பெங்களூரிலிருந்து சென்னை வந்து சேரும் வரை எனக்குள் ஒரு பதற்றம்.

"ஜோ.. போலீஸ் என்னைத் தேடி வராதா?"

"வராது"

"எப்படி ஜோ.."

"அந்த அறை சுகிதா என்ற பெயரில் எடுக்கப்பட்டிருக்கிறது"

"ரூம் சாவியைக் கூட பதற்றத்தில் என் கையோடு எடுத்து வந்துவிட்டேன். என்னுடைய முகத்தை அங்கிருப்பவர்கள் எல்லோரும் பார்த்திருக்கிறார்கள்.."

"எல்லாம் சரி பேபி. ஆனால், கொலை நடந்தது பெங்களூரில்; நீ இருப்பதோ சென்னையில்.."

"இருக்கலாம் ஜோ.. என் காரைப் பார்த்திருக்கிறார்களே.."

"பேபி.. இங்குதான் நீ தவறு செய்கிறாய். பெங்களூரில் நுழைந்ததும் உன் கார் நம்பரை நான் மாற்றிவிட்டேன். சென்னைக்குள் நுழையும்போது மறுபடியும் மாற்றிவிடுவேன்"

எனக்கு முதல் தடவையாக ஜோவைப் பார்த்ததும் ஒரு அச்சம் வந்தது.

சென்னை வந்து சேர்ந்ததும் "பி.கே வீட்டுக்கு செலுத்து.." என்றான்

பி.கே என்றால் பங்கஜ்குமார். ஜோவின் முதலாளி.. அண்ணா நகரில் மிகப் பெரிய சாம்ராஜ்ஜியத்தை நிறுவியிருப்பவர். அவருடைய மல்டி ஸ்டோருக்கு பின்னால்தான் அவருடைய வீடும் அமைந்திருந்தது. ஜோவுடன் அடிக்கடி நான் அங்கே போனது நினைவுக்கு வந்தது.

பங்கஜ்குமாரின் வீட்டுக்குக் காரைத் திருப்பினேன்.

பங்கஜ்குமாரின் வீட்டை நாங்கள் அடைந்தபோது இரவு மணி எட்டு. ஜோ, சீனிவாசனிடமிருந்து பறித்துக்கொண்டு வந்திருந்த சீ.டிக்களை பங்கஜ்குமாரிடம் ஒப்படைத்தான்.

"குட் ஒர்க்.." என்றார் பங்கஜ்குமார்.

மிகத் திருத்தமான முகம். எப்பொழுதும் பனியன் தெரியும்படியாக ஒரு கதர் சட்டை. மெலிதான பென்சில் மீசை. மழமழ கன்னங்கள். கதர் பேண்ட். கனமான ரிஸ்ட் வாட்ச்.

பங்கஜ்குமார் ஒரு துப்பாக்கியை என்னிடம் தூக்கிப் போட்டார்.

அதை லாகவமாகப் பிடித்தேன்

"ஜான்சி, இந்தத் துப்பாக்கியைக் கையாண்டிருக்கிறாயா?"

"ஜோ சொல்லிக் கொடுத்திருக்கிறான்"

பொடி டப்பி போல இன்னொரு விஷயத்தைத் தூக்கிப் போட்டார்.

"இதையும் துப்பாக்கியில் பொருத்திக்கொள்.."

"என்ன இது?"

"சைலன்சர்.. சுட்டால் வெளியில் சத்தம் கேட்காது.."

சைலன்சரை துப்பாக்கியில் பொருத்திக்கொண்டேன்.

"எதற்காக இந்த விளையாட்டு..?" என்றான் ஜோ.

"ஜான்சி, சரியாக குறிபார்த்து சுட முடியுமா என்று இப்பொழுது எனக்கு நிரூபித்துக் காட்டப் போகிறாய்.."

"எப்படி நிரூபிக்க வேண்டும்..?" என்றேன்.

"ஜோவுடைய சட்டை பாக்கெட் தெரிகிறதா?"

"தெரிகிறது"

"அதில் ஒரு பேனாவை செருகி வைத்திருக்கிறானே தெரிகிறதா?"

"தெரிகிறது"

"ஒரே தோட்டாவில் அந்த பேனாவை சிதறடிக்க வேண்டும்"

"எஸ்.." என்று துப்பாக்கியை உயர்த்தினேன்.

ஜோவின் கண்கள் பெரிதாக விரிந்தன.

"பாஸ்.. என்ன இது?"

ஜோ.. என்னுடைய இனிய ஜோ, என்னுடைய தோழன் ஜோ.. சந்தோஷத்தையும், சல்லாபத்தையும் எனக்கு வாரி வழங்கிய

என் ஜோ, என்னுடைய துப்பாக்கியின் முனையில் மார்பை காட்டியிருக்கும் ஜோ, அந்த ஜோவையா சுடப்போகிறேன்..?

"வேண்டாம் ஜான்சி.." என்று ஜோ உதடுகள் நடுங்க என்னைப் பார்த்தான்.

"கோ அஹெட்.." என்றார் பி.கே.

ஜோ எனக்கு சந்தோஷம் அளிப்பவன். ஆனால், பி.கே. என்னுடைய தெய்வம். பி.கே. ஒரு வார்த்தை சொன்னால் அதை நான் மீறக் கூடாது.. விசையை இழுத்தேன்.

குபுக் என்று ஒரு ஒலி கேட்டது. ஆனால், தோட்டா எதுவும் பாய்ந்ததாகத் தெரியவில்லை.

ஜோவின் உடம்பு முழுவதும் வியர்த்து, அச்சத்தில் அவன் உதடுகள் நடுங்கின. விழிகள் விரிந்தன.

பி.கே. சிரித்தார்.

"துப்பாக்கியில் எல்லா ரவுண்டிலும் தோட்டாக்கள் இல்லை. உன்னைச் சாய்க்கும் அதிர்ஷ்டம் ஜான்சிக்கு இல்லை.. எங்கே துப்பாக்கியை இப்படிக் கொடு.." என்றார்.

துப்பாக்கியை அவர் வாங்கியதும் ஜோ பதற்றமடைந்தான்.

பி.கே. விசையை இழுத்தார். தோட்டா விருட்டென்று பாய்ந்தது. ஜோவின் பேனாவை சிதறடித்து சட்டைப் பாக்கெட்டை சிகப்பு ரகளையாக்கும் என்று அங்கேயே பார்வையை நான் பதித்திருக்க தோட்டா ஜோவின் நெற்றிப் பொட்டில் பாய்ந்தது. அவன் பின்னால் தூக்கி எறியப்பட்டான்.

பி.கே. துப்பாக்கியின் கைப்பிடிகளைத் துடைத்தார். அழகாக ஒரு டர்க்கி டவலில் துப்பாக்கியை வைத்து முக்கோணமாக மடித்தார். "இந்தா.." என்றார் என்னிடம்.

நான் ஜோவைத் திரும்பிப் பார்த்தேன். வெறித்த விழிகள் விழித்தபடியே இருக்க அவன் அடங்கியிருந்தான்.

"அவனை மறந்துவிடு.." என்றார் பி.கே. "போ.. வீட்டில் போய் ஓய்வெடு.. நான் மறுபடி கூப்பிட்டால் வா போதும்.."

பி.கே. உத்தரவு கொடுத்தபின் அங்கே நான் நிற்க முடியாது.. புறப்பட்டேன். அறையைவிட்டு வெளியேறும் பொழுது ஒரே ஒரு தடவை ஜோவைத் திரும்பிப் பார்த்தேன். ஆனால், ஏனோ மனதில் இரக்கமே ஊற்றெடுக்கவில்லை.

சுகிதாவின் குரல் தேய்ந்து ஒலித்தது.

டாக்டர் அருண்மொழி அவளை கவனமாகப் பார்த்தார்.

"பி.கே. உன்னை மறுபடி அழைப்பதாகச் சொன்னாரே.. அவர் அழைப்பதை எப்படி புரிந்துகொள்வாய், ஜான்சி..?" என்றார் டாக்டர் அருண்மொழி.

"நான் தேவை என்று பி.கே நினைத்தால் செல்:போனில் எனக்கு மெசேஜ் வரும். ஒற்றை வார்த்தை 'கம்' என்று பி.கே. அழைத்துவிட்டால் நான் புறப்பட்டுவிடுவேன்.."

"ஜான்சி.. இன்னும் கொஞ்சம் யோசி.. ஆகஸ்ட் மாதம் எட்டாம் தேதி காலை பதினோரு மணிக்கு எங்கே போயிருந்தாய் என்று சொல்ல முடியுமா?"

சுகிதாவிடமிருந்து சில பெருமூச்சுகள் வெளிப்பட்டன. அவளுடைய மார்பு ஏறி இறங்கியது. நினைவுகளில் அவள் தத்தளித்து நீந்துவதை மூடிய இமைகளுக்குள் விழிகள் புரண்டு புரண்டு அலைவதில் புரிந்துக்கொள்ள முடிந்தது.

சின்ன இடைவெளிக்குப் பிறகு, சுகிதா மெல்ல உதடுகளை அசைத்தாள்.

"ஆகஸ்ட் எட்டாம் தேதி காலை பத்து மணிக்கு நான் இல்லை.."

"எங்கேயிருந்தாய்?"

"எங்கேயும் இல்லை?"

"என்ன சொல்கிறாய் ஜான்சி?"

"பி.கேயிடமிருந்து அழைப்பு வந்தால் அந்த தருணத்திலிருந்துதான் நான் ஜான்சி. பி.கேயிடமிருந்து இன்னொரு மெசேஜ் வந்து ரிலாக்ஸ் என்றால் இந்த ஜான்சி எங்கேயோ காணாமல் போய்விடுவாள்.."

"ரிலாக்ஸ் என்று பி.கே.யிடமிருந்து உனக்கு மெசேஜ் வந்த பின் மறுபடி அவரிடமிருந்து அழைப்பு வரும்வரை நடப்பது எதுவும் உன் நினைவில் இல்லையா?"

"இல்லை"

"உன்னுடைய செல்:போன் நம்பரைச் சொல்ல முடியுமா?"

சொன்னாள். அது சுகிதாவின் நம்பர்.

"உன்னுடைய கார் நம்பரைச் சொல்ல முடியுமா?"

சொன்னாள். அது சுகிதாவின் கார் நம்பர்.

"உன்னுடைய வீட்டு முகவரியைச் சொல்ல முடியுமா?"

சொன்னாள். அது சுகிதாவின் வீட்டு முகவரி.

"உன்னுடைய ஆபீஸ் முகவரியைச் சொல்ல முடியுமா?"

"ஆஃபீஸா.. எனக்கா? என்னுடைய ஆபீஸ்.. தலைவர் எல்லாமே பி.கே.தான்.."

"சுகிதா எக்ஸ்போர்ட்ஸ் பற்றி உனக்குத் தெரியுமா?"

"கேள்விப்பட்டதில்லை.."

"சுகிதா ஃபுட் பிராடக்ட்ஸ்?"

"தெரியாது.."

"சுகிதா பேக்கேஜிங் இண்டஸ்ட்ரீஸ்?"

"தெரியாது"

சுகிதா தொடர்பான அடுத்த அடுத்த கேள்விகளுக்கு அவளிடமிருந்து வந்த ஒரே பதில் தெரியாது.. தெரியாது.. தெரியாது..

"ஜான்சி, நீ இன்னும் சற்று கவனமாக உன் நினைவுகளைப் புரட்டு.. ஆகஸ்ட் எட்டாம் தேதி காலை பத்து மணிக்கு ஜான்சியாக இல்லை. ஆனால், சுகிதாவாக இருந்தாய். சுகிதா.. சுகிதா.. நான் சொல்வது உனக்குக் காதில் கேட்கிறதா?"

"..."

"சுகிதா.. சுகிதா.. சுகிதா.."

சுகிதாவின் உடலில் சின்ன அசைவு. மூச்சு வேகம் கூடுவதும் குறைவதுமாக சற்று அலைக்கழிக்கப்பட்டபின் சுகிதா என்று மறுபடியும் டாக்டர் அருண்மொழி கூப்பிட்டார்.

"ம்.." என்று பதில் வந்தது.

"சுகிதா உனக்கு ஓய்வு தேவை என்று நினைக்கிறாயா?"

"ஆமாம்.. ஆமாம்.."

"ஓய்வெடுத்துக்கொள்.. இறுக்கமாக இருக்கும் உன் உடல் தசைகளைத் தளர்த்திக்கொள்.."

சுகிதாவின் உடலில் டாக்டர் அருண்மொழியின் கேள்விகளால் இறுக்கப்பட்டிருந்த தசைகள் கூட தளர்ந்துகொண்டன. அவளுடைய கைகளும், கால்களும் தளர்ந்து நகர்ந்தன. அழுத்தமாக இருந்த தலை கூட தலையணையில் சற்றே புரண்டது.

"சுகிதா, நான் சொல்லும் வரை நீ கண்களைத் திறக்காதே. நன்கு ஓய்வு எடுத்துக்கொள்ளப் போகிறாய்.. சுகிதாவாகவோ, ஜான்சியாகவோ எந்த சிந்தனையும் உன்னை அலைக்கழிக்காது ஓய்வு எடுத்துக்கொள்.."

"ம்.."

"ரிலாக்ஸ்.. ரிலாக்ஸ்.."

டாக்டர் அருண்மொழியின் குரல் மிருதுவாக மயில் இறகால் வருடிக் கொடுப்பது போல் இருந்தது.

சுகிதாவின் மூடிய விழிகளுக்குள் அலை பாய்ந்துகொண்டிருந்த விழிகள் கூட நிறுத்தத்திற்கு வந்தன.

டாக்டர் அருண்மொழி நரேந்திரனை விரலால் அசைத்து வெளியே கூப்பிட்டார். அறைக்கு வெளியே வந்ததும்..

"நரேன், இதற்கு மேல் அவளை வற்புறுத்த முடியாது.."

"எத்தனை மணி நேரத்திற்கு டாக்டர்?"

"இருபத்தி நான்கு மணி நேரத்திற்கு"

"ஐயோ டாக்டர், நாளைக்கு அவளை மறுபடியும் அழைத்து வருவது கஷ்டமான காரியமாக இருக்கலாம். எனக்கு இன்னும் தெரிந்துகொள்ள வேண்டிய சில முக்கியமான கேள்விகள் இருக்கின்றன.."

"அப்படியானால் குறைந்த பட்சம் இரண்டு மணி நேரமாவது அவளுக்கு ஓய்வு கொடுத்தாக வேண்டும் நரேன்.."

"வெல், அந்த இரண்டு மணி நேரங்கள் அவள் ஓய்வெடுக்கட்டும். நாம் பேச வேண்டிய விஷங்கள் சில இருக்கின்றன.." என்றான் நரேந்திரன்.

21

ராம்தாஸின் அறையில் அவர்கள் கூடியிருந்தார்கள்.

"என்ன கண்டுபிடித்தீர்கள்..?" என்றார் ராம்தாஸ், பைப்பைப் பற்ற வைத்துக்கொண்டே..

"அந்தப் பெண் பாவம்.. சுகிதா என்ற ஒருத்தியும், ஜான்சி என்று ஒருத்தியும் அந்த ஒரே உடலுக்குள் குடியிருக்கிறார்கள். அதனால் ஏற்படும் குழப்பம்தான் அவளை அலைக்கழித்துக்கொண்டிருக்கிறது.." என்றார் டாக்டர் அருண்மொழி.

"திடிரென்று இந்த ஜான்சி எங்கிருந்து வந்தாள்?"

"என்னால் ஊகம் செய்ய முடிகிறது.."

"சொல்லுங்கள்.."

"ஜான்சி என்பவள் இதற்கு முன்னால் இல்லை. ஜான்சி என்பது வெறும் கற்பனைப் பாத்திரம். அவளுக்கென்று சில குணாதிசயங்களை நியமித்திருக்கிறார்கள். முரட்டு சுபாவமும் மற்ற உயிர்களைப் பற்றிய கவலையும் இல்லாமல் இருப்பது அவளின் இயல்பு. துப்பாக்கிகளைப் பிரயோகிக்க ஜான்சிக்கு சொல்லித்தரப்பட்டிருக்கிறது. கத்திகளை பயன்படுத்த ஜான்சி அஞ்சுவதில்லை. காரை வேகமாக செலுத்தவும், சிகரெட் பிடிக்கவும், குற்றவுணர்வு இல்லாமல் செக்ஸில் ஈடுபடவும் சுகிதாவால் முடியாது. ஆனால், ஜான்சியால் முடியும்.."

"இந்த ஜான்சி சுகிதாவுக்குள் எப்பொழுது வந்தாள்? எப்படி வந்தாள்?"

"என்னைப் போலவே இன்னொரு தேர்ந்த டாக்டரால் ஹிப்னாடிச முறையில் மெல்ல மெல்ல சுகிதாவுக்குள் ஒரு ஜான்சியை உருவாக்கியிருக்க முடியும்.."

"மை காட்.." என்றாள் வைஜயந்தி.

"சுகிதா வேலை விஷயமாக பிரஷர் அதிகமானபொழுது டாக்டர் பீட்டர் ரகுநாதனிடம் சிகிச்சைக்காகப் போயிருக்கிறாள். ஒரு வேளை.."

"ஒரு வேளை என்ன ஒருவேளை? அவர்தான் இதற்கெல்லாம் காரணம்.." என்றான் நரேந்திரன்.

"சரி.. இப்படி ஒரு இரட்டை வாழ்க்கையை சுகிதா வாழ வேண்டுமென்று தீர்மானம் செய்தது யார்?"

"இதற்கு என்னால் பதில் சொல்ல முடியும் தாஸ்.." என்றான் நரேந்திரன்.

"ஜான்சி, சுகிதா என்று இரட்டை அடையாளங்களை அவள் வைத்துக்கொண்டு அவள் தடுமாறியபோதே அவளைப் பற்றிய சில விவரங்களை நாம் சேகரித்தோம். அதில் ஒன்று அவள் சந்தோஷின் காதலி. சந்தோஷ் வெளிப்படையாக வேறு ஏதேதோ பிஸினஸ்களில் ஈடுபட்டிருந்தாலும் ரகசியமாக அவன் ஒரு போலீஸ் இன்பார்மர்.."

அடாவடித்தனம் செய்யும் தாதாக்கள் பற்றியும் துப்பாக்கிகளைக் கள்ளத்தனமாக வாங்கும் தீவிரவாதிகளைப் பற்றியும் போலீசுக்குத் தகவல்கள் கொடுத்திருக்கிறான். போதை மருந்துகளைக் கடத்துபவர்களைப் பற்றியும், வேறு சில நிழலான நடவடிக்கைகளில் ஈடுபடுபவர்களைப் பற்றியும் அவன் போலீசுக்கு அவ்வப்பொழுது தகவல்கள் கொடுத்திருக்கிறான்.

தாதாவோ, தீவிரவாதியோ, சந்தோஷைப் பழிவாங்க வேண்டுமென்று நினைத்திருந்தால் தோட்டாவை அவன் நெஞ்சுக்குள் செலுத்தியிருப்பார்கள். அல்லது வீச்சரிவாளால் அவன் தலையைக் கொய்திருப்பார்கள்.

அப்படியெல்லாம் செய்யாமல் அவனது காதலி சுகிதாவை கை பொம்மையாக ஆட்டுவிக்கும் தந்திரமெல்லாம் அவர்களுக்குத் தோன்றியிருக்காது.

ஸோ, பங்கஜ்குமார்தான் ஜான்சியை உருவாக்கியிருக்க வேண்டும். டாக்டர் பீட்டர் ரகுநாதனின் உதவியோடு சுகிதாவிற்குள் செலுத்தியிருக்க வேண்டும்.."

"பாஸிபிள்.." என்றாள் வைஜயந்தி.

"பங்கஜ்குமாருக்கு சந்தோஷைப் பழிவாங்குவதற்கும் சுகிதாவைத் தேர்ந்தெடுப்பதற்கும் நேரடியாக தொடர்பு இருக்க முடியுமா?"

"ஜான்சி தன்னைப் பற்றி குறிப்பிட்டபோது அவளுடைய ஆபீஸ், முதலாளி எல்லாமே பங்கஜ்குமார்தான் என்று கூறியிருக்கிறாள். அந்த அளவுக்கு அவள் முழுக்க முழுக்க பங்கஜ்குமாரின் கைப்பாவையாக செயல்பட்டிருக்கிறாள்"

"அப்படியானால் சுகிதாவின் வீடு எதற்கு?"

"ஜான்சி ஒரு கற்பனைப் பாத்திரம். அவளுக்கென்று வீட்டு முகவரி இருக்காது. தொலைபேசி வசதி இருக்காது. அவளுக்கென்று வாகனங்களும் காரும், கிரடிட் கார்டும் இருக்காது. அதற்கெல்லாம் ஒரு சுகிதா தேவைப்பட்டிருக்கிறாள். அதனால் ஜான்சியின் பாத்திரத்தை உருவாக்கும் போதே, அவளுடைய பின்னணியாக சுகிதாவின் வசதிகளை மட்டும் அவளுக்கு அறிமுகப்படுத்தியிருக்கிறார்கள். சுகிதாவின் பிஸினஸ் பற்றி ஜான்சிக்கு தெரிந்திருக்கவில்லை.."

"என்ன சொல்கிறாய் நரேன்? அவளோடு காரில் போனபொழுது போலீஸ் உங்களை மடக்கியதே அப்பொழுது அவள் சுகிதாவாகத்தானே தன்னை சொல்லிக்கொண்டாள்?"

"தேர் யூ ஆர்.." என்றார் டாக்டர் அருண்மொழி.

"பங்கஜ்குமாரின் திட்டமே அதுதான். ஜான்சியாக அவள் சட்டத்திற்குப் புறம்பான காரியங்களைஸ் செய்தாலும் போலீசில் மாட்டிக்கொள்ளும்பொழுது, அவளை சுகிதாவாகத்தான் அவர்கள் அறிய வேண்டும். அவளுடைய கை ரேகைகள் ஆகட்டும் முகத்தோற்றம் ஆகட்டும்.. அவள் பயன்படுத்தும் கார் ஆகட்டும், அவள் தங்கியிருக்கும் வீடாகட்டும்.. ஜான்சியைப் போலீஸ் கார்னர் செய்தால் அவள் சுகிதாவாகத்தான் கண்டறியப்பட வேண்டும் என்பது பங்கஜ்குமாரின் திட்டமாக இருக்க வேண்டும்.

போலீசில் எப்பொழுது மாட்டிக்கொண்டாலும் அவர்களிடம் உன் பெயரை ஜான்சி என்று சொல்லாதே.. சுகிதா என்று சொல்.. அதற்கு அத்தாட்சியாக உன்னுடைய காரில் சுகிதா என்று பெயரில் லைசென்சு இருக்கும்.. உன்னுடைய வீட்டில் சுகிதா என்ற பெயரில் தொலைபேசி இருக்கும். என்றெல்லாம் அவள் மனதிற்குள் ஏற்கனவே புதைத்திருப்பார்கள்.

போலீசிடம் போய் நின்றதும், ஜான்சி என்ற பெயர் அவளுக்கு நினைவில் இருந்தாலும் பொய் பெயர் என்று நினைத்துக்கொண்டு சுகிதா என்ற பெயரைக் கொடுத்திருக்கிறாள்..

பொய்யாக ஒரு டிரைவிங் லைசென்சைக் காட்டுவதாக நினைத்துதான் ஒரிஜினல் லைசென்சை காட்டியிருக்கிறாள்.."

"ஓ..இவ்வளவு காம்பளிகேட்டட் கேஸா இது..?" என்றாள் வைஜயந்தி ஆச்சரியத்தில் புருவங்களை உயர்த்தி.

"யார் யாரைப் பற்றியோ தகவல்கள் தருகிறானே, இந்த சந்தோஷ், தன்னுடைய காதலி சுகிதாவைப் பற்றித் தருகிறானா பார்ப்போம் என்று பங்கஜ்குமார், சவாலாக செய்த விளையாட்டாகத்தான் இது இருக்க வேண்டும்.."

"ஜோ, என்று ஜான்சியால் அறியப்பட்டவன் உண்மையில் ஜோ இல்லை. கூவத்தில் கண்டெடுக்கப்பட்ட வீரமுத்து. பங்கஜ்குமாரிடம் அவன் சேர்ந்து பயன்பட்டிருக்கிறான். அவனால் உபயோகம் முடிந்ததும் பங்கஜ்குமார் அவனை முடித்துவிட்டான். அவசியம் வந்தால் அதற்கான பழியையும் ஜான்சி மூலம் சுகிதாவின் மீதே போட்டுவிடலாம் என்பது அவன் திட்டம்.."

"சுகிதாவிடம் நான் முக்கியமாக தெரிந்துகொள்ள வேண்டிய விஷயம் ஒன்று இருக்கிறது.." என்றாள் வைஜயந்தி.

"நீ எதைப்பற்றி சொல்கிறாய் என்று புரிகிறது. சந்தோஷ் பற்றித்தானே?"

வைஜயந்தி ஆமாம் என்று தலையசைத்தாள்.

"இரண்டாவது செஷனில் அதற்கான விடையும் நமக்குக் கிடைக்கும். ஜான்சியாக இருக்கும்போது ஜோவிடம் மயங்கி தன்னையே ஒப்படைத்தவள் சந்தோஷிடம் எப்படி நடந்துகொண்டாள் என்று நிச்சயம் புரியத்தான் போகிறது.." என்றான் நரேந்திரன்.

22

அவர்கள் மீண்டும் அந்த அறையில் கூடியிருந்தார்கள்.

சுகிதாவுக்குப் 'பழச்சாறு கொடுக்கப்பட்டிருந்தது .அவள் சற்று தெம்பாக இருந்தாள்.

"இன்றைக்கு முழுவதும் நீ ஆபீஸ் போகவில்லை என்றாலும் உன்னைத் தேட மாட்டார்கள்தானே..?" என்றான் நரேந்திரன்.

"தேடினால் தேடட்டும்.. பூகம்பம் வந்து என் ஆபீசே முழுகினாலும் முழுகட்டும். முதலில் என்னை நான் கண்டுபிடிக்க வேண்டும். அப்புறம்தான் மற்றதைப் பற்றி கவலைப்பட வேண்டும்.." என்றாள் சுகிதா வேகத்தோடு.

ராம்தாஸ் அறையிலிருந்து அழைப்பு என்று விளக்கு ஒளிர்ந்தது.

"ஜஸ்ட் ரிலாக்ஸ்.. இதோ வந்துவிடுகிறேன்.." என்று கூறிவிட்டு நரேந்திரன் பாய்ந்து ராம்தாஸின் அறைக்குள் நுழைந்தான்.

"∴போனில் பால்ராஜ்.." என்றார் ராம்தாஸ்.

ரிசீவரை வாங்கிக்கொண்டான் நரேந்திரன்.

"நரேன், உனக்கு சில ஆச்சரியமான விவரங்கள் தர வேண்டியிருக்கிறது. நீ கொடுத்து அனுப்பியிருந்தாயே ஒரு துப்பாக்கி.. அந்த துப்பாக்கியிலிருந்துதான் வீரமுத்துவின் கபாலத்தினுள் தோட்டா பாய்ந்திருக்கிறது.."

"எதிர்பார்த்தேன்.." என்றான் நரேந்திரன்.

"ஒன் மோர் திங்.. சுகிதா அணிந்திருந்ததாக ஒரு டாப்ஸைக் கொடுத்தாயே ரத்தக் கறையுடன்.. ஞாபகம் இருக்கிறதா?"

"ஆமாம்.."

"அந்தச் சட்டையில் இருக்கும் ரத்தம் சந்தோஷுடைய ரத்தம்தான்.. இதையும் எதிர்பார்த்தாயா?"

"சந்தேகப்பட்டேன்.. ஆனால், அப்படி இருந்துவிடக்கூடாதே என்று கவலைப்பட்டேன்.." என்றான் நரேந்திரன்.

"ஒரே ஆறுதல்.. சந்தோஷின் முதுகில் குத்தப்பட்டிருந்த கத்தியில் எந்தக் கைரேகையும் இல்லை. ஆனால், சந்தோஷ் இறந்துகிடந்த இடத்திற்கு சுகிதா எதற்காகப் போனாள்? அவள் அங்கே என்ன செய்தாள் என்று அவள் விளக்கம் தர வேண்டியிருக்கிறது. வீரமுத்துவைக் கொலை செய்த துப்பாக்கியிலும் எந்த கைரேகையும் இல்லை. ஆனால், அதைச் சுற்றியிருக்கும் டவலில் சுகிதாவின் கைரேகைகள் இருக்கின்றன.."

"சுகிதாவின் கைரேகைகள் என்று உங்களுக்கு எப்படித் தெரியும்? அவளுடைய ரேகைகள் போலீஸ் ரெக்கார்ட்ஸில் இருக்கிறதா என்ன?"

"நரேன், நீ எங்கிருந்து பேசுகிறாய்?"

"ஈகிள்ஸ் ஜயிலிலிருந்து.."

"சுகிதாவின் கைரேகைகள் பதித்த கண்ணாடி பேப்பர் வெயிட் ஒன்றை ராம்தாஸ் என்னிடம் அடையாளத்திற்கு கொடுத்திருக்கிறார்.."

"ஓ.." என்றான் நரேந்திரன்.

"இந்தக் குற்றங்களில் எல்லாம் சுகிதா நேரடியாகவோ, மறைமுகமாகவோ ஈடுபட்டிருக்கிறாள்.. எப்படியாக இருந்தாலும் போலீசுக்கு அவள் பதில் சொல்லியாக வேண்டும். போலீஸ் விசாரணைக்கு அவளை நீ அனுப்பியாக வேண்டும். ஸோ.. உனக்கு இன்னும் இரண்டே நாட்கள்தான் நான் டைம் தரப் போகிறேன்.."

"யெஸ் பால்ராஜ்.. அதே சமயம் மிகப்பெரிய அண்டர்கிரவுண்டு குரூப் ஒன்றை மடக்கிவிட்ட பெருமை உங்களுக்குக் கிடைக்கப்போகிறது.. அதை மறந்துவிடாதீர்கள்.."

"யார் அது..?" என்றார் பால்ராஜ் சிரித்துக்கொண்டே

"உங்களுக்கு எஸ்.எம்.எஸ்ஸில் மெஸேஜ் அனுப்புகிறேன்.."

நரேந்திரன் போனை வைத்துவிட்டு மறுபடியும் அந்த அமைதி அறைக்குத் திரும்பினான்.

சுகிதா கண்களை மூடியிருந்தாள். உடலில் ஒவ்வொரு அங்குலமும் தளர்ந்திருந்தது.

டாக்டர் அருண்மொழி மிருதுவான குரலில் அவளுடன் பேசிக்கொண்டிருந்தார்.

"சொல்.. சுகிதா.. சந்தோஷைப் பற்றி உனக்குத் தெரிந்ததையெல்லாம் சொல்.."

"சந்தோஷ் ஒரு தித்திப்பான ரவுடி.. அவனோடு இருக்கும் போதெல்லாம் என்னுடைய கவலைகளையெல்லாம் மறந்திருப்பேன். சந்தோஷத்தின் உச்சியில் இருப்பேன். சந்தோஷ் எனக்குத் தெரியாமல் ஏதோ ஒரு காரியம் செய்கிறான் என்பது மட்டும் தெரியும். ஆனால், அதைப் பற்றி அவனிடம் வற்புறுத்திக் கேட்டு அவன் மனதை நோகடிக்கக் கூடாது என்று நான் கேட்டதேயில்லை.

என்னைவிட்டு வெகுதூரம் விலகி மாலத்தீவுக்குப் போயிருந்தாலும் அவ்வப்பொழுது என்னுடன் ∴போனில் பேசிக்கொண்டேயிருப்பான்"

சுகிதாவிடம் சந்தோஷைப் பற்றி இன்னும் சில கேள்விகள் டாக்டர் கேட்டார்.

சந்தோஷிற்கும் அவளுக்கும் இருந்த நெருக்கமான காதல் உறவு பற்றி கொஞ்சம் வெட்கமும், நிறைய சந்தோஷமுமாக சுகிதா சொன்னாள்.

"ஆனால், அப்படிப்பட்ட சந்தோஷை யாரோ கொலை செய்துவிட்டார்கள் என்று கேள்விப்பட்ட பொழுது துடித்துப் போனேன். நான் ஆசைப்பட்டது எதுவுமே எனக்குக் கிடைக்கக் கூடாது என்பதில் கடவுள் ஏன் இவ்வளவு பிடிவாதமாக இருக்கிறார் என்று எனக்குப் புரியவில்லை.." என்று சொன்னபொழுது அவள் குரல் வருத்தத்தில் தோய்ந்திருந்தது.

டாக்டர் இப்பொழுது அவளிடம் மெல்ல பேச்சுக் கொடுத்து மீண்டும் ஜான்சியின் நிலைக்குக் கொண்டு போனார்.

"ஜான்சி, நீ சந்தோஷைப் பார்த்திருக்கிறாயா?"

சுகிதாவின் முகம் சற்று இறுக்கமானது. அவளுடைய குரல் இனிமை இழந்திருந்தது.

"பார்த்திருக்கிறேன்.." என்றாள் முரட்டுத்தனமாக.

"சந்தோஷைப் பற்றி உனக்கு என்ன தெரியும் ஜான்சி.."

"அவன் ஒரு துரோகி.. பி.கேயிடம் ஒரு பக்கம் பணம் வாங்கிக்கொள்கிறான்.. இன்னொரு பக்கம் பி.கேயின் நடவடிக்கைகள் பற்றி போலீசில் ரகசியமாகத் தகவல்கள் கொடுக்கிறான். இப்பேர்ப்பட்ட துரோகி உலகத்தில் நடமாடக் கூடாது என்று பி.கே. நினைத்தால், அதில் என்ன தப்பு இருக்கிறது?"

"சந்தோஷைக் கடைசியாக நீ எப்பொழுது பார்த்தாய் என்று உனக்கு ஞாபகம் இருக்கிறதா?"

"நன்றாக ஞாபகமிருக்கிறது. சந்தோஷிற்காக அவனை எதிர்கொள்வதற்காக அவனுடைய வீட்டில் இருட்டு அறையில் கதவுக்குப் பின்னால் நான் காத்திருந்த நாளை மறக்க முடியுமா?"

"சொல்.. அன்றைக்கு என்ன நடந்தது?"

"பி.கே.யின் ஆட்கள் என்னை சந்தோஷின் வீட்டிற்கு அழைத்துப் போனார்கள். மாற்றுச் சாவி வைத்து கதவைத் திறந்து என்னை உள்ளே அனுப்பினார்கள். என்னிடம் கூர்மையான ஒரு கத்தி கொடுக்கப்பட்டிருந்தது. அதில் என்னுடைய கைரேகைகள் தெரியக்கூடாது என்பதற்காக ஒரு துணி இறுக்கமாக சுற்றப்பட்டு ரப்பர் பேன்ட் போட்டு கட்டப்பட்டிருந்தது.

அந்தக் கத்தியை கையில் எடுத்துக்கொண்டு கதவின் பின்னால் நான் மறைந்திருந்தேன்.

சந்தோஷ் தன்னிடம் இருந்த சாவியால் கதவைத் திறந்துகொண்டு உள்ளே நுழைந்தான்.

.:போனில் மீண்டும் மீண்டும் ஒரு நம்பருக்கு முயற்சி செய்தான். அந்த நம்பர் கிடைக்கவில்லை என்று சலிப்புத் தெரிந்தது அவன் முகத்தில்

"ஷிட்.." என்றான்.

சட்டென்று மறைந்திருந்த இடத்திலிருந்து வெளிப்பட்டேன். என்னைப் பார்த்ததும் அவன் கண்களில் அதீத ஆச்சர்யம்

"சுகிதா.. நீ எங்கே வந்தாய்..?" என்றான்.

சுகிதோவா? என்ன உளறுகிறான் இவன்..? என் பெயர் ஜான்சி என்பதை மறந்துவிட்டானா? என் கையில் கத்தியைப் பார்த்ததும் அவன் முகத்தில் புன்னகை.

"சுகிதா என்ன ஆயிற்று? இந்த கத்தியும் உன்னுடைய கைப்பையில் கிடந்ததா? புதிது புதிதாக என்னென்னவோ பொருட்கள் கிடைப்பதாகச் சொன்னாயே.. அதில் இந்த கத்தியும் அடக்கமா..?" என்றான்.

என்னவோ உளறுகிறானே என்று எனக்கு குழப்பமாக இருந்தது. ஒருவேளை பேச்சுக் கொடுத்து என் கவனத்தை திசை திருப்பப் பார்க்கிறானா? இந்த ஜான்சியிடம் அது நடக்காது.

கத்தியை உயர்த்தினேன்.

"நீ ஏன் பங்கஜ்குமாருக்கு துரோகம் செய்தாய்..?" என்றேன்

அவனுடைய கண்கள் விரிந்தன.

"சுகிதா, உனக்கு என்ன ஆயிற்று? பங்கஜ்குமார் எப்பேர்ப்பட்ட விஷப்பாம்பு என்று உனக்கு தெரியுமா? எத்தனைக் குடும்பங்களை அவன் அழித்திருக்கிறான்? கல்லூரி மாணவர்களுக்கும், மாணவிகளுக்கும் போதை மருந்தை பழக்கப்படுத்தியிருக்கிறான். அப்பாவிப் பெண்களை வலை வீசிப் பிடித்து போர்னோ சி.டிக்களை எடுத்திருக்கிறான். அந்த சி.டி.க்களை விற்கும் ஒரு அன்டர் கிரவுண்ட் ஏஜன்ட்டாகத்தான் அவனுக்கு என்னைத் தெரியும். ஆனால், அவனைப் பற்றி சின்னச்சின்ன விவரங்களை நான் போலீசில் கொடுத்துக்கொண்டிருக்கிறேன். காரணம் அவனுடைய சாம்ராஜ்யத்தை மொத்தமாக அழிக்க வேண்டும்.."

எனக்குக் கோபம் வந்தது.

"பி.கே. எறியும் எலும்புத் துண்டுகளை நக்கிக் கடித்துவிட்டு அவருக்கே துரோகம் செய்ய உனக்கு எப்படி மனம் வந்தது..?" என்று கத்தினேன்.

சந்தோஷ் முகத்தில் முதல் தடவையாக சந்தேகம் விலகி பயம் வந்தது.

"ஏய், நீ சுகிதாதானே..?" என்றான்.

"இல்லையடா முட்டாள்.. நான் ஜான்சி.." என்றேன்.

"சுகிதா வேக் அப்.. விழித்துக்கொள். நீ சுகிதா.. உன்னை யாரோ குழப்பப் பார்க்கிறார்கள்.." என்று என் தோளைப் பிடித்து உலுக்கினான்.

அவன் கைகளைத் தட்டிவிட்டேன்.

"புரிகிறது சுகிதா.. உனக்கு என் மேல் கோபம்.. மாலத்தீவிற்கு போயிருப்பதாக உன்னிடம் சொன்னேன். இப்பொழுது சென்னையில் இருக்கிறேன். நான் திரும்பி வந்து இரண்டு நாட்களாகிறது. ஆனால், நான் இங்கு வந்திருப்பது ரகசியமான செயல். நான் மாலத்தீவில் இருப்பதாக நினைத்துதான் எதிரிகள் இயங்கிக்கொண்டிருக்கிறார்கள். அவர்களுக்குத் தெரியாமல் ரகசியமாக வந்திருக்கிறேன். அவர்கள் உன்னுடைய டெலிபோனை ஒட்டுக் கேட்கக்கூடும் என்பதற்காகத்தான் மாலத்தீவிலிருந்து பேசுவதாகவே நான் நடித்துக்கொண்டிருக்கிறேன். உண்மையில் உன்னை ஏமாற்றுவதற்காக அல்ல.."

என்னென்னவோ உளறிக்கொண்டே இருந்தான்.

"வா.. நாம் இப்பொழுதே போலீசுக்குப் போவோம். எல்லாவற்றுக்கும் ஒரு தீர்வு கிடைக்கட்டும்.." என்று என் கையைப் பிடித்தான்.

"விடு.." என்று உதறினேன்.

அவன் டெலிபோன் எடுத்தான்.

போலீசுக்குத்தான் ∴போன் செய்யப் போகிறான் என்பது தெரிந்தது.

கத்தியை ஓங்கினேன். உயர்த்தினேன். இறக்கினேன். கத்தி ஆழமாக அவன் முதுகில் குத்திட்டது.

அவன் மிரண்டு திரும்பி என் முகத்தைப் பிடிக்கப் பார்த்தான். என் காதில் அவன் விரல் தட்டுப்பட்டு என் தோடு ஒன்று கழன்றது.. அதைப்பற்றி எனக்குக் கவலையில்லை..

அவன் குப்புற அடித்து விழுந்தவுடன் கத்தியின் முனையில் சுற்றியிருந்த துணியை மட்டும் அவிழ்த்தேன்..

"ராஸ்கல்.. உனக்கு இதுதான் நியாயமான தீர்ப்பு.." என்றேன்.

பி.கே.விற்கு ∴போன் செய்தேன். சந்தோஷ் சந்தோஷமாக முடிந்து போனான் என்றேன்.

"தேங்க்யூ பேபி.." என்றார்.

"சந்தோஷைக் கடைசியாக நான் பார்த்தது அப்பொழுதுதான்.."

சுகிதா கொஞ்சமும் குற்ற உணர்ச்சியில்லாமல் பழத் தோட்டத்தில் நுழைந்து பழத்தைப் பறித்து வந்தவள் போல சொன்னாள்.

டாக்டர் அருண்மொழி நரேந்திரனை நிமிர்ந்து பார்த்தார்.

நரேந்திரன் முகத்தில் சிரிப்பு அற்றுப் போயிருந்தது.

"கன்டின்யூ.." என்பது போல டாக்டருக்கு அவன் சைகை செய்தான்.

"சுகிதா.." என்றார் டாக்டர்.

"என் பெயர் ஜான்சி.." என்று முரட்டுத்தனமாக பதில் வந்தது.

"ஜான்சி, தன்ராஜ் மகனைக் கடத்தவும் நீ பயன்பட்டாயா?"

"இல்லை. பணயத் தொகை வாங்கி வர மட்டும்தான் நான் அனுப்பப்பட்டேன்.."

நரேந்திரனுக்குப் புரிந்தது. சந்தோஷின் அத்தியாயத்தை அவன் காதலி கையாலேயே முடித்த பின் பங்கஜ்குமார் சுகிதாவை இன்னும் அதிக சிக்கல்களில் மாட்டிவிட்டு, போலீசால் தேடப்படும் குற்றவாளியாக்கிவிட தீர்மானித்திருக்க வேண்டும்.

கடத்தலில் கிடைத்த பணம் அவளிடம் இருந்தால்தான் அவளுக்கு ஆபத்து என்று தெரிந்தே பணப்பெட்டி அவள் கைக்கு வந்ததும், அவள் அடையாளத்தை சுகிதாவாக மாற்றிவிட்டிருக்கிறான்.

டாக்டர் அருண்மொழி தொடர்ந்து அவளிடம் உரையாடிக்கொண்டிருக்க மெல்ல அந்த அறையிலிருந்து வெளிப்பட்டான்.

தன் அறையில் நுழைந்து அமர்ந்தான். தலையை இரு கைகளாலும் பிடித்துக்கொண்டான்.

சுகிதா இப்பொழுது சொன்னது உண்மையாக இருந்தால் ஜான்சி என்ற மாயையான தோற்றத்தில் அவள் இருந்தபொழுது ஒரு கொலை செய்திருப்பது தீர்மானமாகிவிட்டது.

ஒரு கொலைகாரிக்கு அடைக்கலம் கொடுப்பது மட்டுமில்லாமல் அவளுக்குத் தேவையான உதவிகளையும் செய்துகொண்டிருப்பது நியாயமா, இல்லையா என்று சற்றே அவனுக்குக் குழப்பம் வந்தது.

கதவைத் திறந்து டாக்டர் அருண்மொழி உள்ளே நுழைந்தார்.

"ஷி ஈஸ் ரிலாக்ஸிங்.." என்றார்.

"டாக்டர் இந்த தெரபியில் உங்களுக்குக் கிடைக்கும் உண்மைகளை தயவு செய்து நீங்களாக யாரிடமும் பகிர்ந்துகொள்ள வேண்டாம். நான் பால்ராஜிடம் நேரம் கேட்டிருக்கிறேன். அதற்குள் சில காரியங்களை நாம் செய்து முடித்தாக வேண்டும். அதற்கும், உங்களுடைய உதவி தேவைப்படும் டாக்டர்.." என்றான் நரேந்திரன்.

"டெல் மீ.." என்றார் டாக்டர் அருண்மொழி.

நரேந்திரன் தன்னுடைய தேவைகளை டாக்டரிடம் பகிர்ந்துகொண்டான்.

***

இரவு மணி பதினொன்றைக் கடந்திருந்தது.

சுகிதா தன் படுக்கையில் படுத்திருந்தாள். முகத்திற்கு வெகு அருகில் அவளது செல்:போனை வைத்திருந்தாள்.. உடம்பின் ஒவ்வொரு செண்டிமீட்டரிலும் இனம் புரியாத ஒரு பரபரப்பு.

அவள் எதிர்பார்த்தபடியே செல்:போன் மெஸேஜ் பீப் ஒலித்தது. எடுத்து பொத்தனை அழுத்தினாள்.

பங்கஜ்குமாரின் பிரத்யேக நம்பரிலிருந்து மெஸேஜ். 'உடனே வா..'

23

பங்கஜ்குமாரின் பிரத்யேக நம்பரிலிருந்து சுகிதாவுக்கு மெஸேஜ்..!

'உடனே வா..'

இந்த மெஸேஜைப் பார்த்ததும் முன்பெல்லாம் சுகிதா என்ற பர்ஸனாலிடியே சட்டென்று கரைந்துபோய் அங்கே வேறு ஒரு பெண் உற்பத்தியாகியிருப்பாள். இப்பொழுது சுகிதா தன் மூளைக்குள் ஒரு சின்ன சச்சரவு நடப்பதை கவனிக்க முடிந்தது.

டாக்டர் அருண்மொழியின் குரல் பதிவு செய்யப்பட்டதை போல ஒலிபரப்பாகியது.

"சுகிதா, பங்கஜ்குமாரிடமிருந்து மெஸேஜ் வரும்பொழுது சுகிதாவையே மறந்து ஜான்சியாகிக்கொண்டிருந்தாய். இன்றிலிருந்து நீ சுகிதா மட்டும்தான். ஆனால், அப்படி மெஸேஜ் வந்ததும் நீ ஜான்சியாக மாறிவிட்டதாகவே பங்கஜ்குமாரை நம்ப வைக்க வேண்டும்.."

டாக்டர் அருண்மொழியின் குரல் அவளை எழுப்பி உட்கார வைத்தது.

ஜான்சி இந்நேரம் என்ன செய்வாள்? சிகரெட்டை எடுத்து பற்றவைப்பாளா? சுகிதாவால் சிகரெட்டை விரல்களில் கூட எடுக்க முடியவில்லை. ஐயோ, சுகிதாவாக எப்படி என்னால் யாரோ ஒரு பங்கஜ்குமாருக்கு முன்னால் நிற்க முடியும்?

அவள் உடலில் நடுக்கம் ஓடியது..

செல்∴போன் மணி அடித்தது.

பங்கஜ்குமாரின் எண்தான்.

எடுத்து பொத்தானைத் தட்டினாள்.

குரலை மாற்றிக்கொண்டு முரட்டுத்தனமாக வைத்துக்கொண்டு 'ஹலோ' என்றாள்.

"ஜான்சி, உன்னோடு யாராவது இருக்கிறார்களா?"

"இல்லை.."

"ஈகிள்ஸ் ஜயிலிலிருந்து யாராவது உன்னைத் தொடர முயற்சித்தால்?"

"அவர்களை எப்படி வெட்டிவிட்டு வரவேண்டும் என்பது எனக்குத் தெரியும்.." என்றாள் சுகிதா.

இந்த உரையாடல் கூட பங்கஜ்குமாருடன் அவள் நிகழ்த்துவது போல அவளால் உணர முடியவில்லை. அவளுக்குள் உட்கார்ந்துகொண்டு வேறு ஏதோ ஒரு சக்திதான் அவளை உந்தித் தள்ளுவதுபோல அவளுக்குத் தோன்றியது.

"வெரிகுட்.." என்றான் பங்கஜ்குமார் மறுமுனையில்.

"காரை எடுத்துக்கொள்.." அவன் குரல் தொடர்ந்தது.

"நிலா இன்டர்நேஷனல் வாசலில் வேறு ஒரு கார் உனக்காகக் காத்திருக்கிறது. நம்பர் 2345. அந்தக் காரிலேயே நீ எங்கு வரவேண்டும் என்கிற விவரமும் டேஷ்போர்டில் இருக்கிறது.."

பங்கஜ்குமாரின் குரல் ஓய்ந்தது.

சுகிதா செல்ஃபோனை அணைத்தாள்.

ஜான்சியைப் போல வேகமாக காரை ஓட்ட அவளுக்கு தைரியம் இருக்கிறதா? புரியவில்லை..

மெத்தைக்கு அடியிலிருந்து இன்னொரு செல்ஃபோனை வெளியே எடுத்தாள். அதில் ஒரு மெஸேஜை அவசரமாக டைப் செய்தாள்.

***

டாக்டர் பீட்டர் ரகுநாதன் தன் எதிரில் உட்கார்ந்திருந்தவளைப் பார்த்தார்.

"சொல்.. ஒவ்வொரு மணி நேரத்துக்கும் நான் எவ்வளவு கட்டணம் வாங்குகிறேன் என்று தெரிந்திருந்தும், பத்து

நிமிடங்களை நீ எதுவும் சொல்லாமல் என் முகத்தையே பார்த்துக்கொண்டு வீணடித்துவிட்டாய்.."

அவருக்கெதிரில் அமர்ந்திருந்த அனிதா மெல்லப் புன்னகைத்தாள்.

"எனக்கு ஒரு உதவி வேண்டும், டாக்டர். செலவு பற்றிக் கவலையில்லை.." என்றாள்.

"சொல்.."

"நான் ஒருவனைக் காதலித்தேன். ஆனால், வீட்டில் வற்புறுத்தி வேறு ஒருவனை எனக்குக் கட்டிவைக்கிறார்கள்.."

"மிகவும் அடிபட்ட கதை.."

"மேபீ.. ஆனால், நீங்கள் செய்யப்போகும் உதவி புதிது.."

"வாட்?"

"நான் கல்யாணம் செய்துகொள்ளப் போகிறவனைக் கூட்டி வந்திருக்கிறேன். வெளியில் காத்திருக்கிறான். கொஞ்சம் அப்பாவி. அவனை மெஸ்மரைஸ் பண்ணி அவன் அடையாளத்தை மாற்றித் தருவீர்களா..?"

"என்னது! அடையாளத்தை மாற்ற வேண்டுமா?"

"யெஸ், டாக்டர்.. அவன் தன் சொந்தப் பெயரை மறக்க வேண்டும். என் காதலன் பெயரைச் சொல்லி நான் கூப்பிட்டால், திரும்பிப் பார்க்க வேண்டும். இவன் ரொம்ப சாது. என் லவர் விஸ்கி பிரியன். இவனுக்கு அந்தப் பழக்கமேயில்லை. இவன் எதிர்க்காமல் என்னுடன் விஸ்கி சாப்பிட வேண்டும்.. அப்புறம்.." அனிதா கூச்சத்துடன் சற்றே தலையைக் குனிந்துகொண்டாள். "படுக்கையிலும் சில விஷயங்களில் என் லவரைப் போல் அவன் செயல்பட வேண்டும்.. மாற்றித்தர முடியுமா?"

"அது பெரிய ப்ராஸஸ்.. உன் கணவனாக வரப்போகிறவனைப் பார்க்காமல் எதுவும் சொல்ல முடியாது.."

"மனதளவில் அடையாளம் மாற்றுவதில் உங்களுக்கு முன் அனுபவம் அதிகம் என்று சொன்னார்கள். அதுதான் தேடிவந்தேன்.."

டாக்டர் முகத்தில் இறுக்கம் வந்தது.

"ஏய், என் பெயரை யார் உனக்கு சிபாரிசு செய்தார்கள்?"

"என்னைக் கல்யாணம் செய்துகொள்ளப்போகிறவர்.. ஸாரி, என் லவர்தான்.. ஒன் மினிட்.. உள்ளே கூப்பிடுகிறேன்.."

"நோ, நோ.. வெயிட்.."

அனிதா செல்போனில் ஒரு பொத்தானை அழுத்தியதும், கதவு திறந்து ஜான்சுந்தர் உள்ளே நுழைந்தான்.

"ஹலோ.. பேஷண்டைத் தவிர யாரும் அனுமதியின்றி உள்ளே வரக்கூடாது.." என்றார், டாக்டர், எழுந்து அவனைத் தடுப்பதுபோல்.

"இப்போது நீங்கள்தான் பேஷண்ட் ஆகப் போகிறீர்கள்.."

ஜான்சுந்தர் கையில் மினுக்கிய துப்பாக்கியைப் பார்த்து டாக்டரின் எலும்புகள் நடுங்கின.

"ஏய், ஏய்.. யார் நீங்கள்..?" என்றார்.

"உண்மைகளை நீங்கள் சொல்லிவிட்டால் உங்கள் நண்பர்கள். உண்மைகளை நீங்கள் மறைக்கப் பார்த்தால் உங்கள் எமன்கள்.."

ஜான்சுந்தர் துப்பாக்கியால் அழுத்தி அவரை நகர்த்திக்கொண்டு போய் நாற்காலியில் உட்கார வைத்தான். அவர் செல்போனை அவர் கைக்கு எட்டாத தூரத்தில் தள்ளிவைத்தான்.

"உங்கள் க்ளினிக்கில் நாங்கள்தான் கடைசி க்ளையன்ட்கள்.. கர்ப்பமாயிருக்கும் உங்கள் செக்ரட்டரி சற்றுமுன் உங்களிடம் சொல்லிக்கொண்டு புறப்பட்டுப் போய்விட்டாள். அதனால், நம் பேச்சில் குறுக்கிட இந்தப் பிஸ்டல் தவிர வேறு எதுவும் தடையில்லை.. கேள்விகளை நான் கேட்கிறேன். உண்மையான பதில்களை நீங்கள் சொல்லுங்கள்.."

* * *

நிலா இன்டர்நேஷனல்.

மவுண்ட் ரோடில் பிரதானமான இடத்தில் சற்று உள்ளடங்கி இருந்தது அந்த ஹோட்டல்.

சுகிதாவின் கார் வந்து சேர்ந்தபோது, ஹோட்டலிலிருந்து கடைசியாகக் கிளம்பும் சில நபர்கள், கார் பார்க்கிங்கிலிருந்து வண்டிகளை எடுத்துக்கொண்டிருந்தார்கள்.

அப்படி காலியான ஒரு இடத்தில் சுகிதா தன்னுடைய காரைக் கொண்டுபோய் நிறுத்தினாள்.

இறங்கி பார்க்கிங் பகுதியில் பார்த்தபொழுது 2345 என்ற எண்ணுடன் ஒரு பாலியோ நின்றிருந்தது. அதன் கதவு பூட்டப்படாமலேயே இருந்தது.

சுகிதா காரில் ஏறி அமர்ந்தாள். இக்னீஷியனைத் திருகியதும் கார் உயிர் பெற்றது. டேஷ்போர்டில் இருந்த சிறு காகிதத்தில் சேப்பாக்கம் ஆர்.எஸ் என்று எழுதப்பட்டிருந்தது.

ஆர்.எஸ். என்றால் ரயில்வே ஸ்டேஷனா? சுகிதா காரை விருட்டென்று கிளப்பினாள். பார்க்கிங்கிலிருந்து வெளியே வரும்பொழுது காக்கிச் சட்டை அணிந்த ஊழியன் நெற்றிப் பொட்டில் கை வைத்து வணக்கம் சொன்னான்.

சுகிதா புதிய செல்ஃபோனில் அந்த காகிதத்தில் படித்த வார்த்தையை இடது கையாலேயே மெஸேஜாகத் தட்டினாள்.

கார் அண்ணாசிலை அருகே வந்ததும் வாலாஜா சாலைக்குள் திரும்பியது. கிரிக்கெட் மைதானத்தைத் தாண்டியதும் வலதுபுறம் திரும்பியது.

திடிரென்று கருப்புக் கம்பளியால் போர்த்தப்பட்டது போல பிரதேசமே, இருளில் ஆழ்ந்திருந்தது. கால்வாயில் மழைநீர் அடித்து வந்த குப்பைகளும், அசிங்கங்களும் நாற்றத்துடன் மிதந்தன. ஒன்றிரண்டு பன்றிகள் உறக்கத்தை தொலைத்துவிட்டு விருந்து உண்டுகொண்டிருந்தன.

சுகிதாவின் கார், வேகத்தைக் குறைத்தது. சேப்பாக்கம் ரயில் நிலையத்தைத் தாண்டியதும், ரயில் பாதையை சுமக்கும் கான்கிரீட் தூண்கள் அருகிலிருந்து, அந்த டார்ச் அணைந்து அணைந்து எரிந்தது.

சுகிதா காரைக் கொண்டுவந்து அங்கு நிறுத்தினாள். கால்வாயின் பள்ளத்திலிருந்து அவர்கள் வெளியே வந்தார்கள். மொத்தம் நான்கு பேர்.

ஒருவனுடைய கையில் லெதர் சூட்கேஸ் இருந்தது. சுகிதா ஓட்டி வந்த பாலியோ காரின் கண்ணாடி ஜன்னலை விரல் முட்டியால் தட்டினான். சுகிதா காரிலிருந்து வெளிப்பட்டாள். அவன் பெட்டியைத் திறந்து காட்டினான். பெட்டிக்குள் கரன்சிக் கற்றைகள். சுகிதா பெட்டியை வாங்கிக் காருக்குள் வைத்தாள்.

"சரக்கு எங்கே..?" என்றான் அவன்.

பதில் தெரியாமல் அவள் விழிக்க..

"வழக்கம் போலத்தானே கொண்டு வந்தாய்?"

"ஆம்.." என்று தலையசைத்தாள்.

அவன் காருக்குள் கைவிட்டு ஒரு லீவரை இழுத்தான். டிக்கியைத் திறந்தான். இத்தனை நேரம் மறைவில் நின்றிருந்த இன்னொரு பாலியோ நெருங்கி வந்தது. அதன் டிக்கியும் திறக்கப்பட்டது. டிக்கிக்குள் வைத்திருந்த ஸ்டெப்னி சக்கரத்தை வெளியே எடுத்தான். அதை புதிய பாலியோ காரின் டிக்கியில் வைத்தான். அதிலிருந்த ஸ்டெப்னியை இந்த காருக்கு மாற்றினான். டிக்கியை அழுத்தி மூடினான்.

"தேங்க்ஸ்.." என்றான்.

நான்கு பேரும் புதிய பாலியோ காரில் ஏறி எதிர்த் திசையில் பயணம் செய்ய, சுகிதா காருக்குள் ஏறி அமர்ந்தாள்

அவளுடைய உடல் முழுவதும் வியர்த்திருந்தது.

எதற்காக இரண்டு கார்களிலும் ஒன்றிலிருந்து இன்னொன்றிற்கு சக்கரங்களை மாற்றினார்கள்? அவளுக்குப் புரியவில்லை.

இப்பொழுது இத்தனை பணத்தையும் எங்கே கொண்டுபோய் ஒப்படைக்க வேண்டும்? புரியவில்லை.

காரில் ஏறிக்கொண்டு கண்களை மூடிக்கொண்டு யோசித்தாள்.

ஜான்சி.. ஜான்சி தூங்காதே. கொஞ்சம் விழித்துக்கொள். என் உதவிக்கு வாயேன்.. ப்ளீஸ்.. இந்தப் பணத்தை நான் பங்கஜ்குமாரிடம் கொண்டுபோய் ஒப்படைக்க வேண்டும். ஆனால், அவனை நான் எங்கே பார்ப்பது?

அவளுடைய செல்∴போன் சிணுங்கியது. இது பங்கஜ்குமாருக்குத் தெரியாத புதிய செல்∴போன்..

எடுத்து காதில் வைத்துக்கொண்டாள்.

"காரை மறுபடியும் நிலா இன்டர்நேஷனல் பார்க்கிங்கில் நிறுத்திவிட்டு உன்னுடைய காரில் வீட்டுக்குத் திரும்பு.." என்றது நரேந்திரனின் குரல்.

அவள் பதில் சொல்லவில்லை.

நரேந்திரன் அவளை ஏற்கெனவே எச்சரித்திருந்தான். அவளுடைய படுக்கையறையிலும், காரிலும் ஏன் உடையிலும் கூட ரகசியமான மைக் ஒட்டப்பட்டிருக்கலாம். அதனால் ஈகிள்ஸ் ஐயுடன் அவள் எந்தப் பேச்சு வைத்துக்கொள்வதாக இருந்தாலும் அது வாய் வார்த்தைகளால் இருக்க வேண்டியதில்லை. செல்∴போன் மெஸேஜ்களாக இருக்கட்டும் என்று அவன்தான் அவளுக்கு புதிய செல்∴போன் ஒன்றை வழங்கியிருந்தான்.

இப்பொழுது கூட நரேந்திரன் சொன்னதை அவள் கேட்டுக்கொண்டாளே தவிர அதற்கான பதில் ஒன்றும் சொல்லவில்லை.

காரை கிளப்பித் திருப்பினாள்.

***

டாக்டர் பீட்டர் ரகுநாதன் அந்த ஏஸி அறையிலும் அதீதமாக வியர்த்திருந்தார்.

"ஒன்றைக்கூட மறைக்காமல் எல்லாம் சொல்லிவிட்டேன்.."

ஜான்சுந்தர் துப்பாக்கியால் அவர் கன்னத்தை வருடினான்.

"எவ்வளவு பெரிய அநியாயம் செய்திருக்கிறீர்கள் என்று உங்களுக்குத் தெரிகிறதா டாக்டர்? உங்களை நம்பி சிகிச்சைக்கு வந்த சுகிதாவிற்கு எப்பேர்ப்பட்ட துரோகம் செய்திருக்கிறீர்கள்? பங்கஜ்குமார் கொடுத்த பணத்திற்காக சுகிதாவின் மனத்திற்குள் ஜான்சி என்ற முரட்டுப் பெண்ணை எதற்காக நுழைத்தீர்கள்?"

"பணத்திற்காக அல்ல.." என்றார்.

உலர்ந்துவிட்ட உதடுகளை நாவால் ஈரப்படுத்திக்கொண்டார்.

"இப்பொழுது நீ துப்பாக்கியைக் காட்டுவதுபோல நான்கு பேராக வந்து காட்டினார்கள். சுகிதா என்னிடம் சிகிச்சைக்கு வருவது தெரிந்ததும், பங்கஜ்குமார் என்னை இழுத்துப்போய் இந்த நிர்ப்பந்தத்துக்கு உள்ளாக்கினான்.."

"எதற்காக சுகிதாவைத் தேர்ந்தெடுத்தான்?"

"சந்தோஷ் அவனுக்கு துரோகம் செய்வதாகத் தெரிந்ததும், அவனைப் பழிதீர்க்க சுகிதாவை ஜான்சியாக மாற்ற முடிவு செய்தான். மனசாட்சிக்கு எதிராகத்தான் நான் அவனுக்கு உடந்தையாக செயல்பட்டேன். என்னுடைய குட்டு வெளியே

வந்துவிடக் கூடாது என்றுதான் நரேந்திரன் வந்திருந்தபோது கூட, என்னைக் கேட்காமல் வேறு டாக்டரிடம் அழைத்துப் போகக் கூடாது என்று சொன்னேன். ஆனால், எல்லாம் இப்போது கைமீறிப் போய்விட்டது. என்னை என்ன செய்யப் போகிறாய்?"

"எழுந்து குப்புறப் படுங்கள்.." என்றான் ஜான்சுந்தர்.

பீட்டர் ரகுநாதன் பதில் பேசாமல் குப்புறப் படுத்துக்கொண்டார்.

"அனிதா.."

அனிதா அவருடைய கைகளைப் பின்னால் கொண்டுவந்து கயிற்றால் கட்டினாள். கால்களையும் சேர்த்துக் கட்டினாள்.

"ஏன்.. ஏன்.. எதற்காக என்னைக் கட்டுகிறாய்?"

"நாளைக் காலை வரை நீங்கள் பி.கேவிற்கோ அல்லது அவனுடைய ஆட்களுக்கோ எந்தவித முன்னெச்சரிக்கையும் தந்துவிடக்கூடாது என்பதற்காக.."

சொல்லிவிட்டு பட்டையாக இருந்த பிளாஸ்திரியை எடுத்து அவர் வாயில் ஒட்டினான், ஜான்சுந்தர்.

"மூச்சு விடுவதற்கு கொஞ்சம் கஷ்டமாகத்தான் இருக்கும்.. வேறு வழியில்லை கொஞ்சம் அட்ஜஸ்ட் பண்ணிக்கொள்ளுங்கள்.."

அந்த அறையிலிருந்த டெலி:போன் தொடர்பை கத்திரிக்கோலால் வெட்டினான்.

அவருடைய செல்:போனை எடுத்து பாக்கெட்டில் போட்டுக்கொண்டான்.

கம்ப்யூட்டர் பிளக்கை உடைத்து நொறுக்கினான்.

"எந்த விதத்திலும் வெளி உலகத்தோடு அடுத்த சில மணி நேரங்கள் நீங்கள் தொடர்பு வைத்துக்கொள்ளக் கூடாது என்பதற்காகத்தான் இத்தனை முன்னேற்பாடு.."

"உள்.. உள்.. உள்"

"உங்களைப் பற்றி விசாரித்துவிட்டேன். கன்சல்டிங் முடிந்து இரவு உங்களின் பிரத்யேக அறைக்கு நீங்கள் போய்விட்டால் யாரும் உங்களைக் காலை ஏழு மணி வரை தொந்தரவு செய்ய மாட்டார்கள். தாங்க்யூ டாக்டர்.."

டாக்டர் நெளிந்தார்.

அவரை ஆட்டுக் குட்டிபோல் தூக்கி அங்கிருந்த மர அலமாரி திறந்து, அதற்குள் போட்டான். மூடினான்.

அவர் இத்தனை நேரம் பேசியதையெல்லாம் பதிவு செய்த டேப் ரிக்கார்டரை எடுத்து பாக்கெட்டில் போட்டுக்கொண்டான். அந்த அறையைவிட்டு அவர்கள் நிழல் போல் வெளியேறினார்கள்.

***

நிலா இன்டர்நேஷனல்.

கார் பார்க்கிங் பகுதி.

அகலமான தூணுக்குப் பின்னால் வைஜயந்தி ஒளிந்திருந்தாள்.

சுகிதாவின் ஸென் நிறுத்தப்பட்ட இடத்திலேயே நின்றிருந்தது. எந்த நிமிடமும் அவள் இங்கிருந்து எடுத்துச் சென்ற பாலியோ காரில் திரும்பி வருவாள் என்று அப்பொழுதுதான் நரேந்திரனிடமிருந்து மெஸேஜ் வந்திருந்தது.

சுகிதாவிற்கு அந்த இடத்தில் ஆபத்து எதுவும் வராமல் பார்த்துக்கொள்வதற்காக, வைஜயந்தி அங்கே வந்திருந்தாள்.

வைஜயந்தி பின்னங்கழுத்தில் திடிரென்று ஒரு உலோக வட்டம் பதிக்கப்படுவதை உணர்ந்தாள்.

"டோண்ட் மூவ்.." என்றது ஒரு குரல் கிசுகிசுப்பாக.

முரட்டுத்தனமான ஒரு கை அவள் கையைப் பற்றியது. பின்னால் நிற்பவன் ஒருவனா? அல்லது அதிகப்படியான ஆட்கள் இருக்கிறார்களா என்று வைஜயந்திக்குத் தெரியவில்லை. ஆனாலும் தன் கையை இழுத்தவனின் தொடைகளுக்கு நடுவில் குறி வைத்து சட்டென்று காலை பின்புறம் மடக்கிச் செலுத்தினாள்.

'ஹூப்ஸ்' என்ற சிறு முனகலுடன் அவளைப் பற்றியிருந்த கையை அவன் விலக்கினான்.

பொது இடத்தில் நிச்சயமாகச் சுட்டிருக்க மாட்டான் என்பது வைஜயந்திக்குத் தெரியும். தன்னுடைய துப்பாக்கியுடன் பின்புறம் திரும்பினாள். அங்கே மூன்று பேர் நின்றிருந்தார்கள்.

"அவசரப்படாதே, ஈகிள்ஸ் ஐ சிறுத்தையே.. எங்களை நீ தாக்கினால் சுகிதாவை வெடித்துவிடுவோம். அவள் ஒட்டி

வரும் பாலியோ காரில் சக்தி வாய்ந்த வெடிகுண்டு இருக்கிறது. எங்கள் கையில் அதன் ரிமோட் இருக்கிறது.."

அவர்கள் சொல்லிக்கொண்டிருக்கும் பொழுதே பாலியோ ஹோட்டலின் கார் பார்க்கிங்கில் நுழைந்தது. வைஜயந்தி எந்தத் தவறான அடியையும் எடுத்து வைக்க விரும்பவில்லை.

"உன் துப்பாக்கியை இப்படிக் கொடு.."

ஒரு கை நீண்டது..

வைஜயந்தி துப்பாக்கியைத் தூக்கிப் போட்டதும், அவள் முகத்தில் மயக்க மருந்து பீய்ச்சப்பட்டது.

24

சுகிதா பாலியோ காரை நிறுத்தினாள்.

தன்னுடைய செல்‥போன்களைக் கையில் அள்ளிக்கொண்டு காரைவிட்டு இறங்கினாள். காரின் பின் இருக்கையில் கரன்சிப் பெட்டி அப்படியே இருந்தது. அதைப்பற்றி எந்தக் கவலையும் கொள்ளாதவள் போல் தன்னுடைய காரை நோக்கி நடந்தாள்.

காரில் ஏறினாள். பழைய செல்‥போன் சிணுங்கியது. பங்கஜ்குமாரின் குரல் ஒலித்தது.

"ஜான்சி.. நீ அண்ணா நகருக்கு வந்துவிடு.." தொடர்பு துண்டிக்கப்பட்டது.

சுகிதா தன்னுடைய காரை பார்க்கிங்கிலிருந்து வெளியே எடுத்தபொழுது, அவள் கொண்டுவந்து நிறுத்திய பாலியோவிற்குள் மூன்று பேர் ஏறுவதை கவனிக்க முடிந்தது.

பங்கஜ்குமாரின் ஆட்களாக இருக்கும்.

பங்கஜ்குமாரின் இருப்பிடம் பற்றி நரேந்திரன் ஏற்கெனவே அவளுக்கு விளக்கியிருந்தான். அண்ணாநகரில் அவனுடைய ஷாப்பிங் காம்ப்ளெக்ஸிற்குப் பின்புறம் அவன் வீடு இருப்பதைச் சொல்லியிருந்தான்.

சுகிதாவின் கார் இரவின் அமைதியைக் கிழித்து விரைந்தது.

சுகிதா காரை நிறுத்தத்திற்குக் கொண்டுவந்த பொழுது நேரம் நள்ளிரவைத் தாண்டியிருந்தது.

காரின் கதவைத் திறந்து இறங்கும்பொழுது கூட சுகிதாவின் எலும்புகள் நடுங்கிக்கொண்டிருந்தன.

மிருகக் காட்சிசாலையில் திடிரென்று கூண்டு திறக்கப்பட்ட புலியின் எதிரில் நிற்பது போல அவளுக்குள் ஓர் அச்சம் ஓடியது.

ஜான்சியாக இதற்கு முன் அவள் இதே இடத்திற்கு வந்திருக்கக்கூடும். ஆனால், சுகிதாவாக பங்கஜ்குமாரை எப்படி எதிர்கொள்ளப் போகிறாள்? புரியவில்லை.

நரேந்திரன் கொடுத்திருந்த செல்.்.போனை ரகசியமான இடத்தில் சட்டைக்குள் ஒளித்தாள். கார் பங்கஜ்குமாரின் இல்லத்தின் போர்டிகோவை ஒட்டியிருந்த இருளான பகுதியில் நின்றிருந்தது.

காரின் முன் கதவைத் திறந்து அவள் வெளியே காலை வைத்தபோது, சட்டென்று பின் கதவும் திறந்தது. சுகிதா திடுக்கிட்டுத் திரும்ப, இத்தனை நேரம் பின் இருக்கைக்கும் முன் இருக்கைக்கும் இடையே ஒளிந்து படுத்திருந்த நரேந்திரன் விருட்டென்று வெளிப்பட்டான்.

அவனுடைய கையிலிருந்த துப்பாக்கியின் முனை, சுகிதாவின் நெற்றிப் பொட்டில் அழுத்தியது. சுகிதாவை பின்புறமிருந்து அப்படியே அணைத்துப் பிடித்தான்.

"சத்தம் போடாதே.. போட்டால் மூளை சிதறிவிடும்.." நரேந்திரன் அவள் காதில் கரகரத்தான்.

சுகிதாவின் அச்சம் மும்மடங்காகியது.

நரேந்திரன் எங்கேயிருந்து வந்தான்? துப்பாக்கியை வைத்து இவளையே மிரட்டுவதற்குக் காரணம் என்ன?

எதுவும் அவளுக்குப் புரியவில்லை..

சட்சட்டென்று இரண்டு விளக்குகள் எரிந்து, இரண்டு ஆட்கள் அங்கே நின்றிருந்தார்கள்.

நரேந்திரன் அவர்களைப் பார்த்துக் குரைத்தான்.

"பி.கேயை நான் சந்திக்க வேண்டும்.. இல்லையென்றால் உங்கள் ஜான்சியின் மூளை சிதறிவிடும்.."

நின்றிருந்தவன் அவசரமாகத் தன்னுடைய செல்.்.போனை இயக்கினான். இரண்டொரு வார்த்தை பேசி முடித்து நிமிர்ந்தான்.

"உன்னை உள்ளே வரச் சொல்கிறார்.."

இன்னொரு துப்பாக்கி நரேந்திரனையும் குறி வைக்க, அவர்கள் உள்ளே அழைத்துப் போகப்பட்டார்கள்.

போர்டிகோவைத் தாண்டியதும் சிறிய ஹால்.. அதில் இன்னொரு கதவு வழியே வெளிப்பட்டதும் ஒரு காரிடார்..

காரிடாரில் சில அடிகள் நடந்ததும் தானியங்கி லிஃப்ட். சுகிதாவை நரேந்திரன், இறுக்கமாக அணைத்துப் பிடித்திருந்த வேகத்தில், அவளை வலுக்கட்டாயமாக, எதிர்க்க எதிர்க்க இழுத்துப் போவது போல் நடந்தான்.

லிஃப்டிற்குள் அவர்கள் நுழைந்தார்கள். முதல் மாடியில் லிஃப்ட் கதவு திறந்து அவர்கள் வெளிப்பட்டது இன்னுமொரு பெரிய அறைக்குள்..

"வா நண்பனே.."

பங்கஜ்குமார் வாய் நிறைய புன்னகையுடன் வரவேற்றான்.

நரேந்திரன் சுகிதாவை துப்பாக்கி முனையில் அழுத்தி உள்ளே தள்ளிக்கொண்டு நுழைந்தான்.

பங்கஜ்குமாரின் தொண்டையிலிருந்து ஒரு வினோதமான சிரிப்பு வெளிப்பட்டது.

"அடாடா.. ஜான்சியைப் பணயமாகப் பிடித்து வைத்திருக்கிறாயா? ஐயோ, அவளை விட்டுவிடு என்று நான் கெஞ்சுவேன் என்று எதிர்பார்த்தாயா? முட்டாள் நண்பனே.. என் பக்கம் யார் இருக்கிறார்கள் என்று பார்க்கிறாயா?"

பங்கஜ்குமார் நெடுநெடுவென்று நின்றிருந்தான்.

அவன் ஒரு சொடுக்கு போட்டதும் அவனுடைய ஆட்கள் வைஜயந்தியைத் தரதரவென்று இழுத்துவந்து நிறுத்தினார்கள்.

நரேந்திரன் முகத்தில் அதிர்ச்சி.

"என்ன பார்க்கிறாய்? ஜான்சியைச் சுட்டுவிடுவேன் என்று நீ மிரட்டுகிறாய்.. வைஜயந்தியைச் சுட்டுவிடுவேன் என்று நான் மிரட்டுகிறேன். என் மிரட்டலுக்கு நீ பயப்படப் போகிறாயா? அல்லது உன் மிரட்டலுக்கு நான் பயப்படுவேன் என்று எதிர்பார்க்கிறாயா?"

"நண்பா.. உன் துப்பாக்கியை ஜான்சியிடம் கொடுத்துவிடு.."

நரேந்திரன் தன்னுடைய துப்பாக்கியை சுகிதாவின் நெற்றிப் பொட்டிலிருந்து எடுத்தான். அதன் முனையைப் பிடித்து துப்பாக்கியை திருப்பி அவளிடம் நீட்டினான். அவள் அதைக் கையில் வாங்கிக்கொண்டதும், நரேந்திரனை உந்தித் தள்ளிவிட்டு பங்கஜ்குமாருக்கு அருகில் போய் நின்றாள்.

நரேந்திரனுக்குள் சின்ன ஆச்சரியம்.

'சுகிதாவா இது? அவளுடைய கண்களில் இத்தனைக் காழ்ப்பா?'

நரேந்திரனைப் பார்த்த பார்வையில் சற்றும் நட்பு இல்லை. அதே வேகத்தோடு திரும்பி பங்கஜ்குமாரைப் பார்த்தாள்.

"பி.கே. அவசியம் என்று வந்தால் என்னையும் கொலை செய்துவிடுவீர்களா?"

"நோ.. நோ.. நரேந்திரனுக்காக அப்படி சொன்னேன். இப்பொழுது கூட எதற்காகத் துப்பாக்கியை உன்னிடம் கொடுக்கச் சொன்னேன்..? சில சந்தோஷங்கள் உனக்கு கிடைக்க வேண்டியவை. அவற்றை நான் எதற்கு தட்டிப் பறிக்க வேண்டும்?

இங்கே நிற்கிறாளே வைஜயந்தி.. ஈகிள்ஸ் ஐயின் ஒரு முக்கியமான புள்ளி. பின்னால் வராதே.. பின்னால் வராதே என்று எத்தனையோ முறை நீ தவிர்த்துவிட்டு வந்தாலும் பின்னாலேயே வந்திருக்கிறாள். அதனால்தான் இப்பொழுது நம் ஆட்களிடம் மாட்டிக்கொண்டாள்.

ஜான்சி, உனக்கு ஒரு விஷயம் தெரியுமா? இன்று சரக்கு கைமாறியிருக்கிறதே, அதைப் பற்றி போலீசுக்கு யாரோ தகவல் கொடுத்திருக்கிறார்கள்.."

"நிஜமாகவா..?" என்றாள் சுகிதா அதிர்ந்து.

"ஆமாம். சரக்கை எடுத்துப் போக பயன்பட்ட நம்முடைய இரண்டு பாலியோக்களும் போலீசாரால் மடக்கப்பட்டுவிட்டன. துப்பாக்கி சூடு நடந்திருக்கிறது. நம் பக்கம் அதில் ஒருவன் பலி.. மற்றவர்கள் போலீஸ் பிடியில்.. இதற்கெல்லாம் காரணம் யாரென்று நினைக்கிறாய்?"

"சந்தேகமேயில்லை.. ஈகிள்ஸ் ஐ.." என்றாள் சுகிதா.

"என்னைப் பின்தொடரும்போது நான் எங்கே போகிறேன், எந்தக் காருக்கு மாறுகிறேன் என்பதையெல்லாம் கவனித்து கவனித்து விவரங்களை டிரேஸ் செய்துகொண்டிருக்கிறார்கள்.."

"ஆமாம். ஏற்கெனவே நம்மைப்பற்றி போலீசிற்கு தகவல்கள் கொடுத்தானே சந்தோஷ், அவனை நீ என்ன செய்தாய் என்பது இவர்களுக்குத் தெரியாது.."

பங்கஜ்குமார் இப்படிச் சொன்னதும், சுகிதாவின் உடலுக்குள் ஒரு நடுக்கம் ஓடியது. வெளிப்படையாக அது தெரியக்கூடாது

என்று அவள் விறைப்பாக நிற்பதை நரேந்திரனால் கவனிக்க முடிந்தது.

நரேந்திரனின் இரண்டு பக்கமும் பங்கஜ்குமாரின் ஆட்கள் நெருக்கமாக, துப்பாக்கியுடன் வந்து நின்றிருந்தார்கள்.

"சந்தோஷைத் தீர்த்தது போல வைஜயந்தியையும் உன் கையாலேயே தீர்க்கப் போகிறாய்.. நாளைக் காலையில் கூவத்திலிருந்து இரண்டு பிணங்கள் போலீசுக்குக் கிடைக்கும்.."

"ஒன்று ஈகிள்ஸ் ஐயின் ஹீரோயின், மற்றொன்று அவள் பின்னாலேயே வால் பிடித்து அலைந்துகொண்டிருக்கும் நரேந்திரன்.." என்று பங்கஜ்குமார் சிரித்தான்.

வைஜயந்தியைப் பிடித்திருந்த பங்கஜ்குமாரின் ஆட்கள் அவளை இன்னும் சற்று முன்னால் தள்ளி சுகிதாவிற்கு நேர் எதிரே கொண்டுவந்து நிறுத்தினார்கள்.

இரண்டு பக்கமும் சற்று நகர்ந்து நின்றுகொண்டார்கள்.

சுகிதா, தனக்குள் ஒரு மாற்றம் நிகழ்வதை உணர்ந்தாள். முன்பின் கையாண்டதே இல்லை என்று நினைத்த துப்பாக்கியை அவளால் இப்பொழுது சரியாகப் பிடித்துக்கொள்ள முடிந்தது. அதன் விசையில் விரலை வைத்து, துப்பாக்கியை மெல்ல மெல்ல உயர்த்தினாள்.

"ஜான்சி.. வெயிட்.." என்று நரேந்திரன் கத்தினான்.

"பங்கஜ்குமாரைப் பற்றி உனக்குத் தெரியாது. போதை மருந்து கடத்துவதற்கெல்லாம் அவன் உன்னையும், உன் காரையும் பயன்படுத்தியது எதற்காக? சேப்பாக்கம் ரயில் நிலையத்திற்கு உன்னைப் போகச் சொன்னது எதற்காக? ஒருவேளை அங்கே போலீஸ் மடக்கினால், மாட்டிக்கொள்ளப் போவது யார்? நீயும் உன்னைச் சேர்ந்தவர்களும்தான்.. பங்கஜ்குமாரைப் பற்றி எந்த விஷயமும் வெளியே வந்துவிடக் கூடாது என்பதில் அவன் மிகவும் கவனமாயிருக்கிறான்.

வீர முத்துவைக் கொலை செய்துவிட்டு அந்த துப்பாக்கியை உன்னிடம் எதற்குக் கொடுத்தான்? அந்தப் பழியும் உன்மீது வர வேண்டும் என்பதற்காகத்தான். சந்தோஷைக் கொலை செய்யத் தூண்டியது எதற்காக? தங்களைக் காட்டிக் கொடுத்த சந்தோஷை அவனுடைய காதலி மூலமே பழிவாங்கிவிட்ட ஒரு குரூர திருப்திக்காக. அந்த பங்கஜ்குமாரின் கட்டளைக்கு அடிபணிந்து நீ வைஜயந்தியை கொல்லப் போகிறாயா?"

சுகிதா நரேந்திரனின் பக்கம் திரும்பிக் கூடப் பார்க்கவில்லை.

"நீ என்ன வேண்டுமானாலும் உளறிக்கொள். ஆனால், இந்த ஜான்சி பங்கஜ்குமாருக்குத்தான் உண்மையாக இருப்பாள்.." என்று சொல்லிவிட்டு சுகிதா, ஒன்று, இரண்டு என்று ஒவ்வொரு அடியாக முன்னேறினாள்.

வைஜயந்தியின் கண்களில் முதன்முதலாக சிறு அச்சம் எட்டிப் பார்த்தது.

பங்கஜ்குமார் இந்தக் காட்சியை ஆனந்தமாக ரசித்துக்கொண்டிருந்தான்.

மூன்றடி முன்னே நகர்ந்ததும் சுகிதா, வெகு சரீர் என்று திரும்பினாள். துப்பாக்கியின் விசையை இழுத்தாள்.

அந்த வேகம் வெகு அபாரமாய் இருந்தது. விசையை அவள் இழுத்த வேகத்தில் தோட்டா துப்பாக்கியிலிருந்து சீறிப் புறப்பட்டு பங்கஜ்குமாரின் இடது தோளில் பாய்ந்தது.

'ஹக்' என்று அலறி அவன் பின்னால் தூக்கி எறியப்பட்டான். அந்த ஒரு கணத்தில் அவனுடைய ஆட்கள் அத்தனை பேரின் கவனமும் சிதறியிருந்தது. நரேந்திரன், தன்னுடைய இரண்டு பக்கமும் நின்றுகொண்டிருந்த இருவரின் துப்பாக்கிகளைப் பற்றி இழுத்தான்.

இழுத்த வேகத்தில் இரண்டு துப்பாக்கிகளும் தாறுமாறாக வெடித்தன. மொஸைக் தரையை ஒரு தோட்டா துளைத்தது. மேலேயிருந்த பல்பு ஷேடை இன்னொரு தோட்டா உதிர்த்தது.

வைஜயந்தியும் அதே வேகத்தில் தன் பக்கம் இருந்த இருவரின் சட்டைகளையும் பற்றி இழுத்து அவர்கள் கழுத்தில் ஜூடோ வெட்டு வெட்டினாள். இருவரும் துப்பாக்கிகளைச் சரியவிட்டு, கீழே அறுபட்ட வாழை மரங்கள் போல விழுந்தார்கள்.

பங்கஜ்குமார், தன்னுடைய தோளில் தோட்டா நுழைந்துவிட்டதை நம்ப முடியாமல் சுகிதாவை வெறித்த கண்களால் பார்த்தான்.

"ஜான்சி, என்ன இது?"

"நான் ஜான்சி இல்லை.. சுகிதா.. என் சந்தோஷை என் கையாலேயே கொல்ல வைத்தாயே.. அந்த சுகிதா.."

சுகிதா பற்களைக் கடித்துக்கொண்டு சொன்னாள்.

"சுகிதா, வேண்டாம்.." என்று நரேந்திரன் எச்சரிக்கும் முன் துப்பாக்கி தழைழந்தது.

இன்னொரு தோட்டாவைத் துப்பியது. இந்த முறை பங்கஜ்குமாரின் வயிற்றில் வலதுபுறம் தோட்டா நுழைந்தது.

"ஹாவ்.." என்று அதீத வலியில் அவன் அலறினான்.

"எத்தனை பேரை இந்த மாதிரி சிதறடித்திருப்பாய்..?"

சுகிதா மீண்டும் துப்பாக்கியை உயர்த்தியபோது நரேந்திரன் அவள் மீது பாய்ந்து மோதி, அந்தத் துப்பாக்கியைப் பிடுங்கினான்.

மண்டியிட்டு அமர்ந்து பங்கஜ்குமாரின் வாய்க்குள் அதன் முனையை நுழைத்தான்.

"யார் அசைந்தாலும்.. பங்கஜ்குமாரின் மூச்சுக் குழாய் வெடித்துவிடும்.." என்றான், மிரட்டலாக.

பங்கஜ்குமாரின் ஆட்கள் கைகளை உயர்த்தினர்.

சுகிதா அப்படியே தளர்ந்து தரையில் மண்டியிட்டு அமர்ந்து கைகளால் முகத்தை அறைந்துகொண்டு அழ ஆரம்பித்தாள்.

வைஜயந்தி அவளைப் பின்புறமிருந்து அணைத்துக்கொண்டாள்.

***

"ஐயாம் ஸாரி.." என்றார் அரசாங்க மருத்துவர்.

"நாங்கள் எவ்வளவோ முயற்சி செய்தும் பங்கஜ்குமாரைக் காப்பாற்ற முடியவில்லை.."

'வருத்தமாயிருக்கிறது' என்றார் பால்ராஜ்.

"சுகிதாவின் மீது எந்த பழியும் விழுந்துவிடக் கூடாது.. பங்கஜ்குமார் பிழைத்துவிட வேண்டும் என்று இன்று காலை கூட நான் சர்ச்சில் பிரார்த்தனை செய்தேன்.."

"தேவையில்லை இன்ஸ்பெக்டர்.." என்றாள் சுகிதா. அவள் கண்களில் கண்ணீர் வற்றியிருந்தது. முகத்தில் இறுக்கம் சூழ்ந்திருந்தது.

"நான் சுகிதாவாகவோ, ஜான்சியாகவோ எந்தத் தோற்றத்தில் இருந்திருந்தாலும் என் சந்தோஷை, போலீசிற்கு உதவியவனைக்

கொலை செய்திருக்கிறேன். சாட்சிகளும் டாக்டர்களும், என்னை தண்டனையிலிருந்து மீட்கலாம்.. ஆனால், என் சந்தோஷ் போன இடத்துக்கே நானும் போக விரும்புகிறேன்.

சந்தோஷ் என்ன செய்தார்? பங்கஜ்குமார் போன்றவர்களின் நடமாட்டத்தைப் பற்றி போலீசிற்கு விவரங்களைக் கொடுத்து உதவி செய்தார். அவருக்கு நான் என்னுடைய பாசத்தைக் காட்ட வேண்டுமென்றால் பங்கஜ்குமார் போன்ற துரோகிகளையெல்லாம் அழித்து பிணமாகக் கொண்டுவந்துதான் போட வேண்டும்.

ஆனால், எனக்கு இந்த தைரியத்தையும் தன்னம்பிக்கையையும் கொடுத்தது நரேந்திரன். புத்திசாலித்தனத்தையும் துணிச்சலையும் கூட இருந்து ஊட்டிவிட்டது வைஜயந்தி.

எனக்காக காயங்களை ஏற்று கருணையோடு செயல்பட்டது ஜான்சுந்தர். ஈகிள்ஸ் ஐயின் உதவியில்லாமல் இருந்திருந்தால், நான் கடைசி வரை ஜான்சியா, சுகிதாவா என்று புரியாமல் இருந்திருப்பேன். இன்னும் சமுதாயத்தில் எத்தனையோ பேரைக் கொலை செய்துவிட்டு நான் பைத்தியமாகியிருப்பேன். மரண தண்டனைதான் எனக்குக் கிடைக்கும் மறுவாழ்வு.."

"ஏய், சுகிதா.."

வைஜயந்தி அவளை நெருங்கி, கன்னங்களை வருடிக் கொடுத்தாள். "இப்பொழுதும் எங்களுக்கு நம்பிக்கை இருக்கிறது. தப்பானவர்களை அழிப்பதில் தப்பில்லை. நீதி நிச்சயம் உனக்குக் கருணை காட்டும்"

வைஜயந்தியின் கைகளைப் பிடித்துக்கொண்டாள் சுகிதா.

"தாங்க்யூ.. தாங்க்யூ ஸோ மச்.." என்றாள்.

"டாக்டர் பீட்டர் ரகுநாதன், பங்கஜ்குமாரின் உதவியாட்கள், இன்னும் எத்தனையோ பேர் சுற்றி வளைக்கப்பட்டுவிட்டார்கள். அவர்களுக்கெல்லாம் உரிய தண்டனை கிடைக்கும் பொழுது உனக்கு உரிய நீதியும் கிடைக்கும்.." என்றார் பால்ராஜ் நம்பிக்கையுடன்.

***

ராம்தாஸ் தன் வழுக்கையைத் தடவிக்கொண்டார்.

மேஜை டிராயரைத் திறந்தார். அதிலிருந்து இரண்டு விமான டிக்கெட்டுகளை எடுத்துப் போட்டார்.

அவருடைய ஒவ்வொரு செய்கையையும் நரேந்திரன் உன்னிப்பாகப் பார்த்துக்கொண்டிருந்தான்.

"எனக்கா தாஸ்..?" என்றான் ஆர்வத்தோடு

"உனக்கு இல்லை.. உங்களுக்கு.."

"தாஸ்.."

"நீயும் வைஜயந்தியும் மூன்று நாட்கள் லீவு எடுத்துக்கொள்கிறீர்கள்.. ஆஸ்திரேலியா, நியூசிலாந்து, சவுத் ஆப்ரிக்கா என்று சுற்றிவிட்டு வரப்போகிறீர்கள்.. அதற்கான டிக்கெட்டுகள்.."

"தாஸ்.. ஸோ, கிரேட் ஆஃப் யூ.." என்றான் நரேந்திரன்.

"வெயிட்.. வெயிட்.." என்றாள் வைஜயந்தி

"விமானத்தில் போய் வருவதற்கே மூன்று நாட்கள் ஆகிவிடும். இந்த இடங்களுக்கெல்லாம் மூன்று நாட்களில் எப்படி தாஸ் போய்ச் சுற்றிப் பார்த்துவிட்டு வர முடியும்?"

"போகலாம்.. போகலாம்.." என்றான் நரேந்திரன்.

"வித்யாசாகரிடம் சொல்லி கையோடு இரண்டு மூன்று பாடல்களை வாங்கிப் போய்விட்டால் வாகனங்கள் வேகமாக செல்லும் பாதையிலும், உயரம் உயரமான கட்டிடங்களின் நிழலிலும் நாம் தொம் தொம்மென்று குதித்து இரண்டு பாட்டு பாடிவிட்டு திரும்பி வர மூன்று நாட்கள் போதும்.. தாங்க் யூ தாஸ்"

"நரேந்திரன்தான் நன்றி சொல்வான்.. நீ சொல்ல மாட்டாயா..?" என்றார், ராம்தாஸ்.

வைஜயந்தி சட்டென்று அவரை நெருங்கி அவருடைய வழுக்கைத் தலையில் தன் இதழ்களைப் பதித்தாள்.

"தாங்க்யூ.." என்றாள் பெரிய புன்சிரிப்போடு. "மூன்று வாரங்களில் மீண்டும் சந்திப்போம், தாஸ்.."

"ஹேய், த்ரீ டேஸ்.."

"நோ, த்ரீ வீக்ஸ்.." என்று நரேந்திரனின் கையைப் பிடித்து இழுத்துக்கொண்டு வெளியேறினாள், வைஜயந்தி.